അവൾ പെയ്യുന്നു

aval peyyunnu
stories
•
p k parakkadavu
•
first chintha edition
june 2007
•
second edition
june 2013
•
third edition
december 2018
•
published
chintha publishers, thiruvananthapuram
•
typesetting
crazy graphotechs, thiruvananthapuram
•

•
cover design
ambeesh
•

വിതരണം

ദേശാഭിമാനി ബുക്ക് ഹൗസ്
H O തിരുവനന്തപുരം-695 035
www.chinthapublishers.com
chinthapublishers@gmail.com

ബ്രാഞ്ചുകൾ

ഹെഡ്ഡാഫീസ് ബ്രാഞ്ച് കുന്നുകുഴി • ഓവർബ്രിഡ്ജ് തിരുവനന്തപുരം • കെ എസ് ആർ ടി സി ബസ് സ്റ്റേഷൻ ആലപ്പുഴ • കെ എസ് ആർ ടി സി ബസ് സ്റ്റേഷൻ എറണാകുളം • ഐ ജി റോഡ് കോഴിക്കോട് • മാവൂർ റോഡ് കോഴിക്കോട് • എൻ ജി ഒ യൂണിയൻ ബിൽഡിങ് കണ്ണൂർ • സെൻട്രൽ ബസ് ടെർമിനൽ കോംപ്ലക്സ് താവക്കര കണ്ണൂർ

CR - 1936 / 4800
ISBN - 978-93-83155-54-5

അവൾ പെയ്യുന്നു

കഥകൾ

പി കെ പാറക്കടവ്

ചിന്ത പബ്ലിഷേഴ്സ്
തിരുവനന്തപുരം-695 035

പി കെ പാറക്കടവ്

പേര് അഹമ്മദ്. വടകര താലൂക്കിലെ പാറക്കടവിൽ ജനനം. പിതാവ്: പൊന്നങ്കോട്ട് ഹസൻ, മാതാവ്: മറിയം.

ഫാറൂഖ് കോളേജിൽ വിദ്യാഭ്യാസം. കുറച്ചുകാലം ഗൾഫ് നാടുകളിലായിരുന്നു. കേരള സാഹിത്യ അക്കാദമി നിർവാഹക സമിതി അംഗവും കേന്ദ്ര സാഹിത്യ അക്കാദമി അംഗവും. സമസ്ത കേരള സാഹിത്യ പരിഷത്ത് നിർവാഹക സമിതി അംഗവുമാണ്. ഇപ്പോൾ *മാധ്യമം* പീരിയോഡിക്കൽസ് എഡിറ്റർ.

ഖോർഫുക്കാൻ കുന്ന്, മനസിന്റെ വാതിലുകൾ, മൗനത്തിന്റെ നിലവിളി, പ്രണയത്തിന്റെ നാനാർത്ഥങ്ങൾ, പാറക്കടവിന്റെ കഥകൾ, മേഘത്തിന്റെ തണൽ, ഭൂമിയുടെ കണ്ണുകൾ, മരിച്ചവരുടെ പനിനീർപ്പൂക്കൾ, ഭൂമി വാതുക്കൽ, പ്രിയപ്പെട്ട കൊച്ചുകഥകൾ വാസ്കോഡഗാമ തിരിച്ചു പോകുന്നു പി കെ പാറക്കടവിന്റെ കഥകൾ, സ്ത്രീ ചില ദൃഷ്ടാന്ത കഥകൾ, മഴ ഇങ്ങനെയും വായിക്കാം, ഇരട്ട മിഠായികൾ, ഓർമ ഒറ്റച്ചിറകുള്ള പക്ഷിയാവുന്നു, നമുക്ക് മഞ്ചങ്ങളിൽ മുഖാമുഖം ഇരിക്കാം, മേഘത്തിന്റെ തണലും പുതിയ കഥകളും, ഹിറ്റ്ലർ സസ്യഭുക്കാണ് (കഥകൾ), *പ്രകാശനാളം, ഗുരുവും ഞാനും, കൊടുങ്കാറ്റിനെ സ്നേഹിക്കുന്ന കുട്ടി* (ബാലസാഹിത്യം), *മുറിവേറ്റ വാക്കുകൾ, ഓർമകൾ മിണ്ടിപ്പറയുന്നു, ദൃഷ്ടികോൺ, കമല സ്വർഗത്തിലിരുന്ന് മാലാഖമാർക്ക് നിശാവസ്ത്രങ്ങൾ തുന്നുന്നു* (ലേഖനങ്ങൾ), *ഞായറാഴ്ച നിരീക്ഷണങ്ങൾ, അമേരിക്കയെ ദൈവം രക്ഷിക്കട്ടെ* (വിവർത്തനകവിതകൾ) *ലോക കഥകളും ജിബ്രാൻ കഥകളും* (വിവർത്തനം), *മീസാൻ കല്ലുകളുടെ കാവൽ* (നോവൽ), *അനുഭവം, ഓർമ, യാത്ര* (ഓർമകൾ) എന്നീ കൃതികളുടെ കർത്താവ്.

കഥകൾ ഇംഗ്ലീഷിലും ഹിന്ദിയിലും മറാഠിയിലും അറബിയിലും തമിഴിലും തെലുങ്കിലും വിവർത്തനം ചെയ്യപ്പെട്ടിട്ടുണ്ട്. ഒ വി വിജയനെക്കുറിച്ചും വൈക്കം മുഹമ്മദ് ബഷീറിനെക്കുറിച്ചും ഓരോ പുസ്തകം എഡിറ്റ് ചെയ്തിട്ടുണ്ട്. *മീസാൻ കല്ലുകളുടെ കാവൽ* തോപ്പിൽ മുഹമ്മദ് മീരാൻ തമിഴിൽ പരിഭാഷപ്പെടുത്തി പ്രസിദ്ധീകരിച്ചിട്ടുണ്ട്.

മൗനത്തിന്റെ നിലവിളക്ക് 1995 ലെ എസ് കെ പൊറ്റക്കാട് അവാർഡ്, മാതൃഭൂമി ആഴ്ചപ്പതിപ്പിൽ പ്രസിദ്ധീകരിച്ച *തോണി* എന്ന കഥയ്ക്ക് ഫൊക്കാനോ അവാർഡ്. *പി കെ പാറക്കടവിന്റെ കഥകൾക്ക്* അബുദാബി അരങ്ങ് സാഹിത്യ അവാർഡ്. *അവൾ പെയ്യുന്നു* എന്ന കഥാസമാഹാരത്തിന് കേരള ഭാഷാ ഇൻസ്റ്റിറ്റ്യൂട്ടിന്റെ 2009 ലെ വൈക്കം മുഹമ്മദ് ബഷീർ സ്മാരക അവാർഡ്. ഭാഷാ പോഷിണിയിൽ വന്ന *സ്നേഹം കായ്ക്കുന്ന മരം* എന്ന കവിതയ്ക്ക് കുട്ടമത്ത് അവാർഡ്. പച്ചയിൽ ശശിധരൻ ഫൗണ്ടേഷൻ സാഹിത്യ പുരസ്കാരം. *ഹിറ്റ്ലർ സസ്യഭുക്കാണ്* എന്ന കഥാസമാഹാരത്തിന് എസ് ബി ടി അവാർഡ്.

ഭാര്യ : സെബുന്നിസ

മക്കൾ : ആതിര സമീർ, അനുജ മിർഷാദ്

വിലാസം : മാഴ്സ്, കൊളത്തറ, 673655

email : pkparakkadavu@rediffmail.com

website : http://meshavilakku.blogspot.com

Phone : 9495 2731600 (O), 9961393955 (M)

ഉള്ളടക്കം

യാത്ര
തണൽ
നക്ഷത്രംകൊണ്ട് കൊരുത്ത മാല
അതിർത്തിരേഖ
ആവിഷ്കാരസ്വാതന്ത്ര്യം
ദാർശനികദുഃഖം
മഞ്ഞുതുള്ളി
അഗ്നി
ഭൂമിക്ക് അവകാശപ്പെട്ടത്
ഒരു സ്വപ്നത്തിന്റെ ബാക്കി
മുയൽ
അവൾ പെയ്യുന്നു
പരിണാമം
ഇനിയും കെട്ടുപോകാത്ത
സൂര്യൻ
ചിതയിലെ വെളിച്ചം
രണ്ടു ലോകങ്ങൾ
പുരുഷസൂക്തം
തീയും വെള്ളവും
പ്രഭാതം
വിൽപ്പന
ഇര
കളിപ്പാട്ടം
മോചനം
കിനാവുകളുടെ നിലവിളി

ഒളിച്ചുകളി
വാർത്ത
ഇരുളും വെളിച്ചവും
കിളിയും വേടനും
വാത്മീകി
കരുണ പെയ്യുന്ന മനസ്സ്
കോഴിക്കോട്
മൂന്നാമതൊരാൾ
നക്ഷത്രപ്പൂക്കൾ
വാക്ക്
ഭക്ഷണക്രമം
തൗബയുടെ വാതിലുകൾ
ചിറകടിയൊച്ച
യന്ത്രം
കൂട്
സന്ദേശം
നേര്
കഥയുടെ ബാക്കി
പ്രത്യാശ
കോഴിക്കുഞ്ഞും പരുന്തും
ഒരു വർത്തമാനകാല കഥ
ജന്മനക്ഷത്രം
കൗതുകവസ്തുക്കൾ
അവസ്ഥ
പൊരുൾ
ഇവിടെ എനിക്ക് സ്വാസ്ഥ്യം

അപരൂപമായ രൂപങ്ങൾ

പുനത്തിൽ കുഞ്ഞബ്ദുള്ള

പ്രതിരൂപം അനായാസമായി സൃഷ്ടിക്കുന്നു എന്നതാണ് മിനിക്കഥയുടെ മികവിനു നിദാനമായിട്ടുള്ളത്. കഥക്കുപകരം അതിനു അനുരൂപമായി മറ്റൊന്നുണ്ടാക്കി മിനിക്കഥാകാരൻ ആനന്ദം അനുഭവിക്കുന്നു. ഓടുന്ന വണ്ടിയിൽ നിന്നോ കുട്ടികൾ കരയുന്ന വീട്ടിൽ നിന്നോ വായിക്കാനുള്ളതല്ല ഈ കഥകൾ. കഥാകാരൻ പ്രതിരൂപമുണ്ടാക്കി ആനന്ദിച്ചതിന്റെ പിന്നിൽ അമൃത് കടഞ്ഞെടുത്ത അധ്വാനത്തിന്റെ ചരിത്രമുണ്ട്.

പത്തുരൂപാനോട്ടിന്റെ ആകൃതിയിലും വലുപ്പത്തിലുമുള്ള കടലാസും പത്തുരൂപാ നോട്ടും തമ്മിൽ ഭൗതികമായി എന്താണ് വ്യത്യാസം. ഒരു വ്യത്യാസവുമില്ല. എന്നാൽ പത്തുരൂപയുടെ കറൻസിക്ക് പത്തുരൂപവിലയുണ്ടെന്നു സമൂഹം സമ്മതിക്കുന്നു. എന്നാൽ മിനിക്കഥാകാരൻ പത്തുരൂപാ നോട്ടിന്റെ വലുപ്പത്തിലുള്ള സാദാ കടലാസിനെ പത്തു രൂപയാക്കി മാറ്റുന്നു എന്നതാണ് ഈ മാധ്യമത്തിന്റെ സവിശേഷത.

ഭാഷക്കപ്പുറം ഭാഷ നിർമ്മിക്കുന്നതാണ് പി.കെ. പാറക്കടവിന്റെ കല. ഭാഷയുടെ നിയമത്തിനോ നീതിക്കോ കോട്ടം വരുത്താതെ വേറൊരു ലോകത്തിന്റെ ഭാഷയാണ് 'അവൾ പെയ്യുന്നു' എന്ന തന്റെ മിനിക്കഥാ സമാഹാരത്തിലൂടെ അദ്ദേഹം അവതരിപ്പിക്കുന്നത്. ഈ അവതരണത്തിൽ കൂടി അപരൂപമായതിനെ രൂപംകൊണ്ട് വ്യക്തമാക്കുകയും ചെയ്തു. തന്റെ കഥകളിലുടനീളം ധ്വനികൊണ്ട് ക്രമാതീതമായ ഒരു ലോകം സൃഷ്ടിക്കുകയാണ് പാറക്കടവ്. പ്രതീകങ്ങളെ അണിനിരത്തിയും ചേർത്തുവെച്ചും വിഗ്രഹഭഞ്ജകനെപ്പോലെ അവ തല്ലിയുടച്ചും കഥാകൃത്ത് വസ്തുക്കളെയാണ് നിർമ്മിച്ചിരിക്കുന്നത്. മറിച്ച് കഥ പറഞ്ഞിട്ടേയില്ല. മനസിനെ ഭാഷയുടെ താളത്തിനൊത്ത് നടത്തിക്കാൻ കഴിഞ്ഞു എന്നതാണ് ഇവിടെ നാം കാണുന്ന മികവുകൾ. കണ്ണിന്റെ കാഴ്ചപ്പാടിൽ നിന്നും പ്രകാശവർഷങ്ങളോളം പോന്ന ദൂരത്തേക്കാണ് ഈ കൊച്ചുകഥകൾ ഊളി

യിട്ടുവരുന്നത്. അവിടെ മനസും ഭാഷയും ഒരുമിച്ചു ലയിക്കുന്നു.

പാറക്കടവിന്റെ കഥകളിൽ ഭാരത്തെ ലഘൂകരിക്കുന്നതും പഞ്ചേന്ദ്രിയങ്ങൾക്കും ദൂരത്തിനും, അപ്പുറം എത്തിപ്പിടിക്കാൻ കഴിയുന്നതുമായ എന്തോ 'ഒന്ന്' ഉണ്ടെന്നാണ് എനിക്ക് തോന്നുന്നത്. വേറൊരു വിധത്തിൽ പറഞ്ഞാൽ ഈ കഥകളിൽ ഭാവം, സൂചന, ഭാഷാരഹിതമായ നിലവിളി എന്നിവയാൽ വലിയ അനുഭവലോകത്തെ ചെറിയ അനുഭൂതിമണ്ഡലമാക്കി മാറ്റിയെടുക്കുകയാണുണ്ടായത്. കമ്പ്യൂട്ടറിന്റെ ഫ്ളോപ്പി ഡിസ്കിൽ വൻ വ്യവസായ ശാലയുടെ ദശാബ്ദങ്ങളായുള്ള കണക്കുകൾ മുഴുവൻ ഫീഡു ചെയ്തുവച്ചതുപോലെ.

വളരെ പ്രചാരമുള്ള ശബ്ദങ്ങളാണ് ഈ കഥകളിലുടനീളം എനിക്ക് കേൾക്കാൻ കഴിഞ്ഞത്. പരസ്പരസംബന്ധിയായ ഈ ശബ്ദങ്ങളുടെ അർഥം ചോദിച്ചാൽ ഓരോരുത്തരും ഓരോ വിധത്തിലായിരിക്കും ഉത്തരം പറയുക. അർഥങ്ങൾകൊണ്ട് പാറക്കടവ് ഉണ്ടാക്കിയെടുത്ത അനർഥം എഴുത്തുകാരന്റെ വിജയമോ സായൂജ്യമോ എന്നു തിട്ടപ്പെടുത്തേണ്ടത് വായനക്കാരാണ്. ഞാൻ എന്ന വായനക്കാരൻ അതിനെ സയൂജ്യമായിട്ടേ പരിഗണിക്കുന്നുള്ളൂ. കാരണം വിജയം എഴുത്തുകാരന് അപ്രാപ്യമത്രേ.

അടിസ്ഥാനമില്ലാത്ത വിഷയങ്ങളാണ് മിക്കകഥകളിലും നാം കണ്ടെത്തുന്നത്. പക്ഷെ തറയില്ലെങ്കിലും വേരും ശാഖകളും ഇവക്കുണ്ട്. വൻമരങ്ങൾ പോലെ ഇവ വിഹായസ്സിലേക്കു പടർന്നു പന്തലിച്ചു പോകുന്നു. ഇതിന്റെ ഇലകൾ മന്ത്രങ്ങളും മാരണങ്ങളും ഉച്ചരിക്കുന്നു. കൊച്ചു കൊച്ചു വിത്തുകൾ ഉണ്ടാക്കിയ വൻവിപത്തുകളായിട്ടേ ഇതിനെ നിർവ്വചിക്കാൻ പറ്റുകയുള്ളൂ.

പ്രേമത്തിന്റെ അഭാവമുണ്ടെങ്കിലും പ്രേമാനുഷ്ഠാനത്തിന്റെ ഭാവങ്ങൾക്ക് ഈ കഥകളിൽ ഒരു കുറവുമില്ല. അതുകൊണ്ടു മാത്രം ഇവ മിനിക്കഥകളായി രൂപാന്തരം പ്രാപിച്ചിരിക്കുകയാണ്.

വളരെക്കാലത്തേക്ക് വളരെ മനസുകളെ സ്വായത്തമാക്കാൻ ഈ കഥകൾക്ക് കഴിവുണ്ടാകുമെന്നതിൽ സംശയമില്ല. മലമുകളിലെ പാറകളിൽ കൊത്തിവെച്ച വചനങ്ങൾപോലെ ഓരോ മിനിക്കഥയും കഥാസാഹിത്യത്തിലെ ഓരോ സന്ദേശങ്ങളാവട്ടെ.

കന്യാവനങ്ങളിൽ കന്യകയും വനവുമില്ലാത്തതുപോലെ പാറക്കടവിൽ പാറയും കടവുമില്ല. എന്നാൽ ദർശനത്തിലും വിജ്ഞാനത്തിലും അധിഷ്ഠിതമായ (പാറയും കടവുമില്ലാത്തവന്റെ) ഈ കഥകൾ വായിക്കാൻ കഴിഞ്ഞ സന്തോഷം ഇനി നിങ്ങളും പങ്കിടുക- കാരണം സാഹിത്യം ഒരു പ്രത്യേക വ്യക്തിയുടേതോ രചയിതാവിന്റേതോ അല്ലല്ലോ.

അവൾ പെയ്യുന്നു

പ്രണയത്തിന്റെ തലവിധി

വാൻഗോഗ് കാതറുത്ത് അവൾക്കു നൽകി. എന്നിട്ട് ചോരയിറ്റുന്ന ആ കത്തികൊണ്ടുതന്നെ അവളുടെ തലയറുത്ത് നടന്നു മറഞ്ഞു. തലപോയ പെണ്ണ് കഴുത്തിലെ താലി ആ തലയിലായിപ്പോയല്ലോ എന്ന് ദുഃഖിക്കുന്നു. ഇത് പ്രണയത്തിന്റെ തലവിധി.

കിളിപ്പാട്ട്

തണുപ്പിന്റെ സൂചിമുനകൾ ഒരായിരം സുഷിരങ്ങളിലൂടെ ശരീരത്തിൽ ഇഴഞ്ഞുകയറുന്ന ഒരു മഞ്ഞിൻ പ്രഭാതം.

പുറത്ത് ഒരു കിളി പാടുന്നു.

കഴുത്തിലൂടെ പുതപ്പിട്ടു മൂടി ജാലകപ്പാളിയിലൂടെ എത്തി നോക്കി.

നിറയെ പൂക്കളുള്ള ഒരു മരത്തിന്റെ ഏറ്റവും മുകളിലുള്ള ചില്ലയിലിരുന്ന് ഒരു കിളി പാടുന്നു.

ഉണർത്തുപാട്ട്.

അയാൾ ചോദിച്ചു: 'ഈ മഞ്ഞുകാലം എന്റെ കിനാക്കളെ കൊത്തിക്കീറി എന്നെ ഉണർത്തിയതെന്തിന്?' അയാൾ ക്ഷോഭിച്ചു.

'നിനക്ക് വേണമെങ്കിൽ എന്നെ ഉറക്കാനായി തരാട്ടു പാടിത്തന്നു കൂടെ? ചുവന്നു തുടുത്ത നിന്റെയീ പാട്ടിൽ തീയുണ്ടെന്നും അതെന്നെ പൊള്ളിക്കുന്നുവെന്നും നീയറിയാത്തതെന്തേ?'

കിളി ചിറകടിച്ച് അയാളെ കളിയാക്കി. 'ആകാശമാണ് നിന്റെ അതിരെന്ന അഹങ്കാരം ഞാനിന്ന് ശമിപ്പിക്കും.'

അയാൾ തോക്കെടുത്ത് നിറയൊഴിച്ചു.

തുളവീണ ഒരു കുരുവിക്കുഞ്ഞു താഴെ. അന്ന് രാത്രി അയാളുടെ മനസിൽ വേദനയുടെ ഒരു കുരുവിക്കുഞ്ഞുപോലും ചിറകടി

ച്ചില്ല. അയാൾ സുഖമായുറങ്ങി.

പിറ്റേന്ന് അയാളുടെ മുറ്റത്തെ പൂമരത്തിലിരുന്ന് ഒരായിരം കിളികൾ പാടുന്നതയാളറിഞ്ഞു.

ഇനി ഞാൻ അവളെക്കുറിച്ച് കവിതകളെഴുതും

അവളുടെ തലയിൽ ഇരുമ്പുവടികൊണ്ട് സൗഹൃദത്തിന്റെ തലോടൽ.

-മുടിച്ചുരുളുകളിൽ ഇപ്പോൾ ചോരകൊണ്ടൊരു പനിനീർപ്പൂവ്.

അവളുടെ വായിൽ സ്നേഹത്തിന്റെ പട്ടുതൂവാല.

-ഹൃദയം നിറഞ്ഞിരിക്കുമ്പോൾ വാക്കുകൾക്ക് ക്ഷാമം. അവളുടെ വാക്കുകൾ പുറത്തുവരുന്നില്ല.

അവളുടെ മനോഹരമായ കഴുത്തിൽ സാന്ത്വനത്തിന്റെ വിരൽത്താലി.

-പൊട്ടിപ്പോകാതെ മുറുകുന്ന ബന്ധങ്ങളുടെ താലി.

ആകാശത്തിലിരുന്ന് ആടിക്കൊണ്ട് അവൾ ഭൂമിയിലെ ദുരിതങ്ങളിലേക്ക് നോക്കുന്നു.

പനിനീർപ്പൂവിനെക്കുറിച്ചും

പട്ടുതൂവാലയെക്കുറിച്ചും

കെട്ടുതാലിയെക്കുറിച്ചും

ഇനി നമുക്ക് പാടാം. ഇനി ഞാൻ അവളെക്കുറിച്ച് കവിതകളെഴുതും.

ഡയോജനിസ്സിന്റെ വിളക്ക്

നമ്മുടെ പഴയ വൃദ്ധൻ തന്നെ.

നരച്ച താടിയുഴിഞ്ഞ്, കണ്ണുകൾ ആരെയോ തിരഞ്ഞ് പകൽ വെളിച്ചത്തിൽ കത്തിച്ച റാന്തലുമായി നടക്കുന്നു വൃദ്ധൻ.

“ഹായ് ഡയോജനിസ്സ്”

അവരൊന്നായി വൃദ്ധനെ പൊതിഞ്ഞു.

പിന്നെ എണ്ണയിൽ മുക്കിയ പന്തങ്ങൾ ഒന്നൊന്നായി വൃദ്ധന്റെ റാന്തലിനു നേരെ നീണ്ടു.

കത്തുന്ന പന്തങ്ങളുമായി ആർത്തുവിളിച്ചു. അവർ കണ്ണിൽ കണ്ട ഓരോ കെട്ടിടത്തിനും തീ കൊളുത്താൻ തുടങ്ങി.

ഡയോജനിസ്സിന്റെ ചുണ്ടിൽ ഒരു കള്ളച്ചിരി വിരിഞ്ഞു.

നരി

ഒടുവിലൊരു നാൾ..

മലയുടെ മടിയിൽനിന്നും

നരിയിറങ്ങി.

പഴംകഥയിലെ

നമ്മുടെ ആട്ടിടയൻ

വാ തുറക്കും മുൻപ്-

നരി പറഞ്ഞു.

ഇടയാ നിന്റെ ആടുകളുടെ നിലവിളി ഇല്ലാതാക്കാനാണ് ഞാനെത്തിയത്; നിന്റെയും.

അലച്ചിലിന്റെ ആലസ്യം വെടിഞ്ഞ് അസ്തിത്വദുഃഖം കളഞ്ഞ് നിനക്കെന്റെ മിതശീതോഷ്ണാവസ്ഥയിൽ കഴിഞ്ഞുകൂടാം.

പുറത്ത് കാട്ടുമൃഗങ്ങൾ അലറിനടക്കുകയാണ്.

നരിയും നരനും തമ്മിൽ

ഒരു ചില്ലക്ഷരത്തിന്റെയും വള്ളിയുടെയും

വ്യത്യാസം മാത്രം.

സമുദ്രം

'ഏറ്റവും വലിയ സമുദ്രം ഏതാണ്.'

അധ്യാപകൻ വിദ്യാർഥിയോട് ചോദിച്ചു.

വിദ്യാർഥി ഒരു നിമിഷം അറച്ചുനിൽക്കുന്നത് കണ്ട് അധ്യാപകൻ തന്നെ ഉത്തരം പറഞ്ഞു.

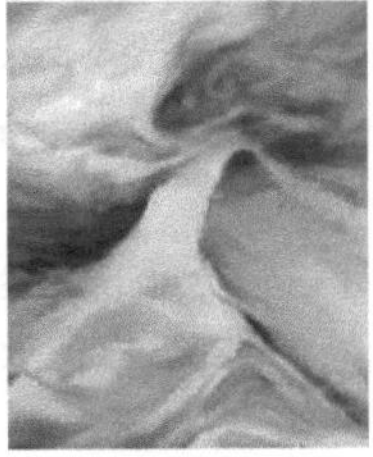

'അല്ല. അശാന്തമായ മനസാണ് ഏറ്റവും വലിയ സമുദ്രം' വിദ്യാർഥി പറഞ്ഞു.

അധ്യാപകൻ ഒരു നിമിഷം കണ്ണടച്ചു തന്നിലമർന്നു.

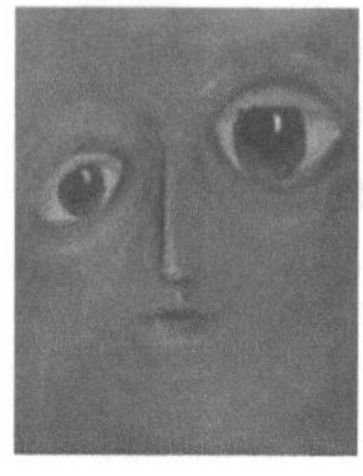

തന്റെ ഉള്ളിന്റെയുള്ളിൽനിന്ന് തിരമാല ആഞ്ഞടിച്ച് തലതല്ലിച്ചാവുന്നു.

മനസിനുള്ളിൽ നുരയും പതയും നിറയുന്നു.

പിന്നെ താമസിച്ചില്ല. കുട്ടിയെ ക്ലാസ്സിൽനിന്ന് പുറത്താക്കുന്നതിന് പകരം അധ്യാപകൻ സ്വയം ക്ലാസിൽനിന്ന് പുറത്തു പോയി നിന്നു.

സ്നേഹത്തിന്റെ താക്കോൽ

ഖബറുകൾക്കുള്ളിൽനിന്ന് പുറത്ത് കടന്ന അവർ അരൂപികളായിരുന്നു. രാത്രിയുടെ ഏതോ യാമത്തിൽ അടുത്തടുത്ത രണ്ട് ഖബറുകളുടെ ഇടുക്കങ്ങളിൽ നിന്ന് മീസാൻ കല്ലുകളിൽ പറ്റിപ്പിടിച്ച മൺതരികളിലൂടെ നീല വെളിച്ചങ്ങൾ പുറത്തേക്ക് വന്നു.

മുൻപ്, ഏറെ വർഷങ്ങൾക്കു മുമ്പ് ആ രണ്ട് നീലവെളിച്ചങ്ങൾ അടുത്തടുത്ത് താമസിച്ച ഒരു പുരുഷനും സ്ത്രീയുമായിരുന്നു.

ഒരു സ്കൂട്ടറപകടത്തിലാണ് പുരുഷൻ മരിച്ചത്. സ്ത്രീ ന്യൂമോണിയ ബാധിച്ചും. അത്ഭുതകരമെന്നു പറയട്ടെ, അവർ അടുത്തടുത്ത ഖബറുകളിലാണ് അടക്കപ്പെട്ടത്. നമുക്ക് സൗകര്യത്തിനുവേണ്ടി അവരെ റസാഖെന്നും റസിയയെന്നും വിളിക്കുക.

ഖബറിനുള്ളിലെ തണുത്തുറഞ്ഞ ഏകാന്തതയിൽ വിധിദിനത്തിന്റെ കാലൊച്ചക്ക് ഇനിയും എത്ര യുഗങ്ങൾ ബാക്കിയുണ്ട് എന്ന് കണക്കു കൂട്ടിയിരിക്കും നേരത്താണ് ഒരു നീലവെളിച്ചം റസാഖിന്റെ കുഴിമാടത്തിൽ പ്രത്യക്ഷപ്പെട്ടത്.

'ദൈവമേ!' റസാഖ് വിളിച്ചുപോയി. ജീവിതകാലത്ത് അടുത്തടുത്ത വീടുകളിലായിട്ടും ഒരിക്കൽപോലും റസിയ ഇങ്ങനെ ഒരേകാന്തതക്ക് കൂട്ടിരിക്കാൻ എത്തിയിട്ടില്ല. അതിന്റെ ആവശ്യവുമുണ്ടായിരുന്നില്ലല്ലോ! എല്ലാ നിലയ്ക്കും അയാൾ ഒരു നല്ല ഭർത്താവായിരുന്നു. ഭാര്യ, കുഞ്ഞ്, വീട്. അയാളാ വൃത്തത്തിൽ അഹ്ലാദപൂർവം ഒതുങ്ങിയിരുന്നു.

റസിയ പറഞ്ഞു: "ഞാനും അങ്ങനെതന്നെയായിരുന്നല്ലോ- ഭർത്താവ്, കുഞ്ഞ്,-അതിനപ്പുറമൊരു ജീവിതം എനിക്കുമുണ്ടായിരുന്നില്ല."

അയാളുടെ മനസ്സ് ഈ പെണ്ണ് വായിച്ചെടുത്തതിൽ റസാഖ് അത്ഭുതം കൂറിയില്ല.

മരണത്തിന് ഇങ്ങനെ കുറെയേറെ നേട്ടങ്ങളുമുണ്ട്-മറ്റുള്ള

വന്റെ ചിന്തപോലും വായിച്ചെടുക്കാനാവും.

അല്ലെങ്കിൽത്തന്നെ ഒരു വാതിലിലൂടെ പുറത്ത് കടക്കുമ്പോൾ തുറക്കപ്പെടുന്ന ഒരായിരം അത്ഭുതങ്ങളുടെ വാതിലുകളെക്കുറിച്ച് ജീവിച്ചിരിക്കുന്നവരോട് എങ്ങനെയാണ് പറയാനാവുക?

ജീവിതത്തിന്റെ ഒടുവിലത്തെ ശ്വാസവും നിലയ്ക്കുന്നതോടെ അത്ഭുതങ്ങളുടെ ഒരു താക്കോലാണ് ആരോ നമ്മുടെ കൈകളിൽ വെച്ചുതരുന്നത്.

അവർ പരസ്പരം മനസുകൾ വായിക്കാൻ തുടങ്ങി-

ദൂരെയാരോ സൂര്യനുനേരെ രണ്ട് ഇളകുന്ന കണ്ണാടികൾ പിടിച്ചതുപോലെ നീലവെളിച്ചത്തിന്റെ രണ്ടു ചീളുകൾ ആടിക്കളിക്കാൻ തുടങ്ങി.-

ഞാനിങ്ങോട്ട് പോരുമ്പോൾ അവൾ ആശുപത്രിയിലെത്തിയിരുന്നു. മനസിന്റെ സമനില തെറ്റിയ അവളെ ആശുപത്രിയിൽ മയക്കിക്കിടത്തിയിരിക്കുകയായിരുന്നു!

ഞാനാ ആശുപത്രിയിൽ അവളുടെ കട്ടിലിന് മുകളിലൂടെ കുറെ വട്ടം പാറിനടന്നു.

ഒരുപാട് നേരം ഞാനവളെ വിളിച്ചുകൊണ്ടേയിരുന്നു. പക്ഷേ, മരിച്ചവരുടെ സംസാരം കേൾക്കാൻ ജീവിക്കുന്നവരുടെ കാതുകൾക്കാവില്ലല്ലോ. ഒടുവിൽ അവളെ ആശുപത്രിക്കിടക്കയിൽ കണ്ടുകൊണ്ടാണ് ഞാനിങ്ങോട്ട് പോന്നത്. ഡോക്ടർ ആരോടോ പറയുന്നുണ്ടായിരുന്നു.

'പെട്ടെന്നുള്ള മരണമല്ലേ, ഷോക്കേറ്റു പോയതാണ്. ഒരു വേള ഈ ഷോക്കിൽനിന്ന് ജീവിതം മുഴുവൻ കരകേറാനായെന്ന് വരില്ല!'

പിന്നെ ഞാനെന്നും കാത്തിരിപ്പാണ്. "അത്ഭുതങ്ങളുടെ താക്കോൽ എന്നാണ് അവളുടെയും കൈയിലെത്തുക? പക്ഷേ, കൊല്ലങ്ങളെത്ര കഴിഞ്ഞിട്ടും അവളെത്തിയില്ല. ഒരു വേള എന്നെയോർത്ത് നിത്യരോഗിണിയായി.........."

റസാഖിനു തുടരാനായില്ല. അയാളുടെ കണ്ണുകൾ നിറഞ്ഞു.

"അരുത്, മരിച്ചവർ കരയരുത്. നമ്മൾ മറ്റുള്ളവരെ കരയിപ്പിക്കുകയേ ചെയ്യാവൂ" റസിയയുടെ വിരലുകൾ അയാളുടെ കവിളിനു നേരെ നീളും മുമ്പ് അയാൾ സ്വന്തം കണ്ണീരൊപ്പി. 'മറ്റാരുടെയും വിരലുകൾ ഒരു ലോകത്തുനിന്നും എന്റെ കണ്ണീരൊപ്പാൻ നീണ്ടു വരരുത്.

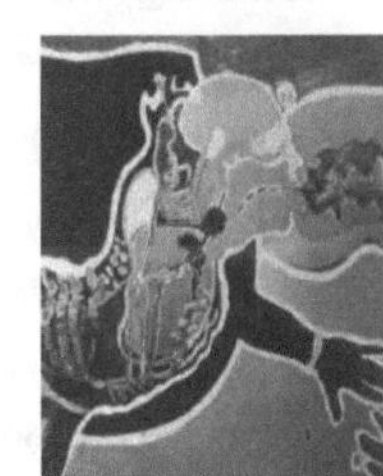

'എന്റെ കഥ കേട്ടാൽ നിങ്ങളുടെ ദുഃഖ

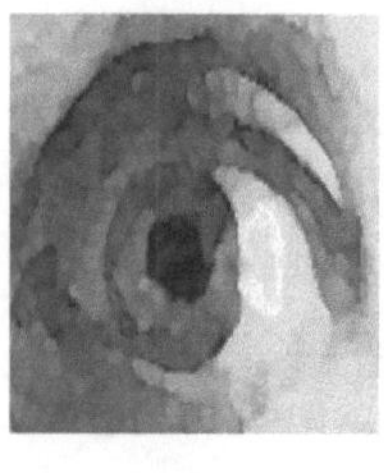

മൊന്നും ഒന്നുമല്ലെന്ന് മനസ്സിലാകും.' റസിയ പറയാൻ തുടങ്ങി.

പനിക്കിടക്കയിൽ ഉറക്കമൊഴിച്ച് തന്നെ ശുശ്രൂഷിച്ച ഭർത്താവിന്റെ ചിത്രം അവൾ വരയ്ക്കാൻ തുടങ്ങി. മീസാൻ കല്ലുകളിൽ അവൾ നഖങ്ങൾകൊണ്ട് ചിത്രങ്ങൾ കോറി-മുഖം താഴ്ത്തി ഒരു മന്ത്രസ്വനം പോലെ അവളുടെ വാക്കുകൾ.

പനിയുടെ ഏഴാം നാൾ. ചുട്ടുപൊള്ളുന്ന പനിക്കിടക്കയിൽ ബോധാബോധങ്ങളുടെ നേരിയ നൂലിഴയിൽ കിടക്കുമ്പോഴാണ് സാന്ത്വനത്തിന്റെ താക്കോലുമായി ആരോ കടന്നെത്തിയത്.

ആദ്യം കിടക്കയിൽനിന്നു ശരീരം വിട്ടു ഞാൻ പുറത്തുകടന്നു. പിന്നെ കിടപ്പുമുറിയിൽ എല്ലാം കണ്ട്, ഒന്നും കാണാതെ ഞാൻ ഒരു തുമ്പിയെപ്പോലെ പാറി നടക്കും നേരമാണ് ബന്ധുക്കൾ ഒന്നാകെ ആർത്തുവിളിച്ചു ഭർത്താവിന്റെ മുറിയിലേക്ക് ഓടിപ്പോകുന്നത് കണ്ടത്.

പിന്നെ എല്ലാം പെട്ടെന്നായിരുന്നു. കാറിൽ അയാളെ താങ്ങിയെടുത്ത്, കട്ടിലിൽ ചിതറിക്കിടക്കുന്ന ബാക്കി ഗുളികകളുമെടുത്ത് ആരോക്കെയോ ആശുപത്രിയിലേക്ക്.

എനിക്ക് ദുഃഖം തോന്നിയില്ല. അനന്തമായ ഉറക്കം അയാളെ അനുഗ്രഹിച്ചില്ലല്ലോ എന്ന് വ്യഥയോടെ ഞാനോർത്തു.

സ്നേഹത്തിന്റെ നിറമെന്താണെന്ന് അന്ന് ആദ്യമായാണ് ഞാനറിഞ്ഞത്.

നേര് പറയട്ടെ, ഇരുൾ മൂടിയ ഈ കുഴിമാടത്തിനുള്ളിൽ ഭർത്താവിന്റെ സ്നേഹത്തിന്റെ വെളിച്ചമാണ് എനിക്ക് തുണ!

കുറച്ചു നേരത്തെ മൗനത്തിനു ശേഷം അവൾ പറഞ്ഞു.

ഇത്രയും വർഷങ്ങൾ കിടപ്പുമുറിയിൽ എന്റെ വലിയ ഫോട്ടോ വെച്ച് അതിനു മുമ്പിൽ എന്റെ ഭർത്താവ് സ്നേഹം കൊണ്ടൊരു തിരികൊളുത്തുന്നത് ഞാൻ കാണുന്നു. അവളുടെ കണ്ണുകൾ നിർവൃതികൊണ്ട് അടഞ്ഞുപോയി.

പൊടുന്നനെ മൗനവും ഇരുളും കീറിമുറിച്ച് ഒരു പാതിരാക്കുറുക്കൻ ഓരിയിട്ടു.

"നമുക്ക് പോകണ്ടേ?"

ഇരുളിന്റെ കരിമ്പടം നീങ്ങും മുമ്പ് അവർ അവരുടെ ഇണകളെത്തേടി യാത്രയായി.

“നമ്മുടെ നാട് നാലഞ്ചു വർഷം കൊണ്ട് ഒരുപാട് മാറിപ്പോയി”

റസാഖ് പറഞ്ഞു.

“മാറാതെ നിൽക്കുന്നത് നമ്മുടെ പ്രിയപ്പെട്ടവരും അവരുടെ സ്നേഹവും മാത്രം” റസിയ പറഞ്ഞു.

കഥ പറഞ്ഞും കാഴ്ചകൾ കണ്ടും അവർ യാത്ര തുടർന്നു. തളരുമ്പോൾ അവൾ ഇലകളില്ലാത്ത വൃക്ഷക്കൊമ്പുകളിൽ ചേക്കേറി.

“അതാ പുഴ.” വറ്റിവരണ്ട താഴ്വര ചൂണ്ടിക്കാട്ടി അയാൾ പറഞ്ഞു.

“അതായിരുന്നു പുഴ” വറ്റിപ്പോയ ഭൂമിയുടെ മാറിടം നോക്കി അവൾ തിരുത്തി.

കരിഞ്ഞ തെങ്ങോലകൾക്കിടയിലൂടെ എല്ലാം കണ്ടുകൊണ്ട് അവർ പറന്നുകൊണ്ടേയിരുന്നു.

“അതാ നമ്മുടെ വീടുകൾ”റസാഖ് വിരൽ ചൂണ്ടിയേടത്ത് അവർ നോക്കി. അടുത്തടുത്ത് രണ്ട് ഓടിട്ട വീടുകൾ.

അതെ, അവരുടെ പഴയ വീടുകൾ തന്നെ.

സ്വർഗം ഭൂമിയിലിറങ്ങിവന്ന പഴയ നാളുകളോർത്ത് അവരുടെ ഹൃദയങ്ങൾ മിടിച്ചു. മരിച്ചവരുടെയും ഹൃദയങ്ങൾ മിടിക്കുമെന്ന് അന്നാദ്യമായി അവരറിഞ്ഞു.

ആദ്യം അവരേർപ്പെട്ട കരാറ് ലംഘിക്കാതിരിക്കാൻ അവർ രണ്ടു പേരും റസാഖിന്റെ വീട്ടിലേക്കാണ് പ്രവേശിച്ചത്. വലിയ വാതിൽപ്പഴുതുകളിലൂടെ രണ്ടു നീല വെളിച്ചത്തിന്റെ കീറുകൾ അകത്തേക്ക് കടന്നു.

വീടാകെ പൊടിപിടിച്ചു കിടക്കുന്നു. വീർപ്പുമുട്ടിക്കുന്ന നിശ്ശബ്ദത. ചുമരിലൂടെ പല്ലികളും തേരട്ടകളുമിഴയുന്നു.

‘ദൈവമേ, എന്റെ ഭാര്യക്കും കുഞ്ഞുങ്ങൾക്കും എന്തുപറ്റി?’റസാഖ് തറയിൽ തളർന്നിരുന്നു. അവർ വീടുവിട്ട് മറ്റേതോ നാട്ടിലേക്ക് പോയോ? അതോ നഗരത്തിന്റെ കവാടങ്ങൾ അവൾക്കായി തുറക്കപ്പെട്ടോ? ഭയത്തിന്റെ പകലിരവുകളിൽ–

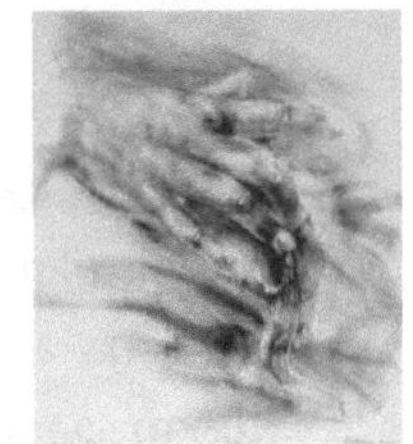

ഒരു നിമിഷം അയാൾ ശവക്കുഴിയിലെ തണുത്തുറഞ്ഞ ഏകാന്തത തന്നെ കൊതിച്ചു പോയി.

റസിയ അയാളെ താങ്ങി! ഒന്നും ഉരിയാ

ടാതെ അയാളെയും കൂട്ടി അവൾ സ്വന്തം വീട്ടിലേക്ക് പറന്നു.

മുറ്റത്ത് നിശാഗന്ധി പൂത്തിരിക്കുന്നു. രണ്ട് നീലവെളിച്ചങ്ങൾ ജനലഴികൾക്കിടയിലൂടെ അവളുടെ പഴയ കിടക്കമുറിയിലേക്ക് നൂണുകയറി.

ദൂരെ വളരെ ദൂരെ, മറ്റേതോ ലോകത്ത് ഏതോ സൂര്യന് നേരെ ആരോ പിടിച്ച കണ്ണാടി വല്ലാതെ ഇളകിയാടുന്നു.

നീലവെളിച്ചത്തിന്റെ കീറുകൾ ഭ്രാന്തൻ ചലനവേഗതയിൽ ആടിക്കളിക്കുന്നു.

"എന്റെ ഭർത്താവ് സുഖമായുറങ്ങുന്നു" താഴെ കിടക്കയിലേക്ക് നോക്കിക്കൊണ്ട് റസിയ പറഞ്ഞു.

"എന്റെ ഭാര്യ ആ മാറിൽ തളർന്നു മയങ്ങുന്നു" റസാഖും ഒരാശ്വാസത്തോടെ പറഞ്ഞു.

പ്രധാന വാർത്തകൾ ഒരിക്കൽകൂടി

മുടന്തി നടക്കുന്ന ഒരാട്ടിൻകുട്ടിയെ തട്ടിയെടുക്കാൻ ശ്രമിച്ചതിന് ബുദ്ധനെ അറസ്റ്റുചെയ്തു. നവഖാലിയിൽ നേരംകെട്ട നേരത്ത് നേരാം വണ്ണം വസ്ത്രംപോലും ധരിക്കാതെ നടന്നു പോവുകയായിരുന്ന ഒരു വൃദ്ധൻ സുരക്ഷാസൈന്യവുമായുള്ള ഏറ്റുമുട്ടലിൽ കൊല്ലപ്പെട്ടു.

ഒരു ഊന്നുവടിയും കണ്ണടയും സംഭവസ്ഥലത്തു നിന്ന് പിന്നീട് കണ്ടെടുത്തു.

അറവുകത്തിയുമായി നിന്ന കശാപ്പുകാരന് ആട്ടിൻകുഞ്ഞുങ്ങളിൽ നിന്ന് അക്രമമേൽക്കാതിരിക്കാൻ സൈന്യം കാവലേർപ്പെടുത്തി.

നീതി

ആദ്യം കുഞ്ഞിന്റെ ചോറ്റുപാത്രം ഞങ്ങളെടുത്തു. സോമാലിയയിൽ പട്ടിണിയാണ്.

ഭക്ഷണം കഴിക്കാതെ ജീവിക്കാൻ ഇപ്പോഴേ പഠിക്കേണ്ടേ?

പിന്നെ കുഞ്ഞിന്റെ കളിപ്പാട്ടങ്ങൾ ഞങ്ങൾ കവർന്നു.

വളരുമ്പോൾ ഈ കളിപ്പാട്ടങ്ങൾ അവർ ആയുധമാക്കുമെന്ന് മനഃശാസ്ത്രജ്ഞർ.

അവസാനം അവന്റെ അമ്മയേയും അച്ഛനേയും ഞങ്ങൾ കൊന്നു.

സ്വന്തം കാലിൽ നിൽക്കാൻ അവൻ പഠിക്കേണ്ടേ?

എന്നിട്ട് അവൻ വാവിട്ട് നിലവിളിച്ചപ്പോൾ ഞങ്ങളുടെ ഉറക്കം കളഞ്ഞതിന് അവനെതിരെ ഞങ്ങൾ കേസെടുത്തു.

കഥയുടെയും ജീവിതത്തിന്റെയും ചില പ്രശ്നങ്ങൾ

ഒരു കഥയെഴുതണമെന്നുണ്ട്. വിഷയം മനസ്സിലുണ്ട്. എങ്ങനെ എഴുതണം എന്നതാണ് പ്രശ്നം.

കഥ ജീവിതം തന്നെയാണ് എന്ന് തോന്നാറുണ്ട്. ഒരാൾ മരിച്ചാൽ അയാളുടെ കഥ കഴിഞ്ഞു എന്നാണല്ലോ പറയുക. ഒരാൾ മരിച്ചുകഴിഞ്ഞാൽ അയാളെക്കുറിച്ചു കഥകളെഴുതുന്നതുകൊണ്ട് കഥ ജീവിതമല്ലെന്നും തോന്നാറുണ്ട്.

കഥയേക്കാൾ പൊള്ളുന്ന ജീവിതയാഥാർഥ്യങ്ങൾ മുന്നിൽപ്പെടുമ്പോൾ കഥയെ തൽക്കാലം ഞാൻ മനസ്സിന്റെ മുറിയുടെ ഒരു മൂലയിൽ നിർത്തുന്നു. എന്നിട്ട് പതുക്കെ വാതിലടച്ചു പുറത്തിറങ്ങുന്നു.

ഇപ്പോൾ അവൾക്ക് ഒരു സാരി വാങ്ങണം. ഏതോ സാരിയെക്കുറിച്ച് അവൾ പറയുന്നുണ്ട്.

ഇത് ഇത്ര വലിയ പ്രശ്നമാണോ എന്ന് നിങ്ങൾക്ക് ന്യായമായും ചോദിക്കാം. കഥയെ മാറ്റിനിർത്തിവെക്കാൻ മാത്രം ഗൗരവമുള്ള പ്രശ്നം? ഇന്നു രാവിലെ വായിച്ച ഒരു സുഹൃത്തിന്റെ ലേഖനത്തിന്റെ ഒരു ഭാഗം മനസ്സിലുണ്ട്. "ദരിദ്ര്യത്തിന്റെയും ദുരിതങ്ങളുടെയും ചരിത്രങ്ങൾ കഥയുടെ പൊതുധാരയിൽ നിന്നു മാറിപ്പോകാൻ കാരണം ഇവിടെ ദാരിദ്ര്യനിർമ്മാർജ്ജനം നടന്നതല്ല; എഴുത്തുകാരൻ നിത്യവും ബന്ധപ്പെടുന്ന മേഖല വെറെയായതാണ്." ഒരുവേള ശരിയാകാം ഈ ചിന്ത.

കഥ അവിടെ നിൽക്കട്ടെ, നിങ്ങളുടെ ചിന്തയും അവിടെ നിൽക്കട്ടെ. ഞാൻ അവളോടൊപ്പം സാരി വാങ്ങാൻ യാത്രയാവുന്നു.

എന്തൊരു നിസ്സാര സംഗതി. പെണ്ണിനൊപ്പം സാരി തെരഞ്ഞെടുക്കാൻ പോകുന്നത്രെ.

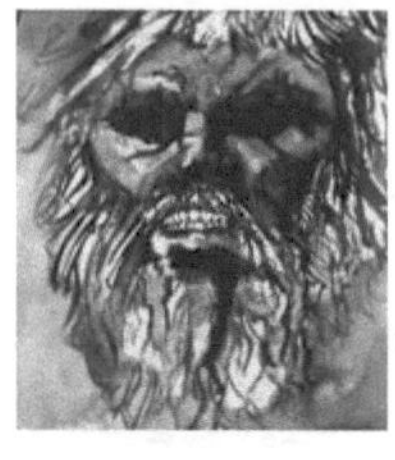

(എനിക്ക് വേണമെങ്കിൽ പറയാം. വാദിക്കാം. ജയിക്കാം. വസ്ത്രത്തിനു മാനുഷകുലത്തിലുള്ള സ്ഥാനം. ആദ്യം പച്ചിലകൊണ്ട് നാണം മറച്ച കഥ. ദ്രൗപദിയെ വസ്ത്രാക്ഷേപം ചെയ്ത കഥ. ഭാര്യാഭർത്താക്കന്മാരെപ്പറ്റി 'നിങ്ങൾ പരസ്പരം വസ്ത്രങ്ങളാകുന്നു' എന്ന വിശുദ്ധവചനം. അതൊക്കെ പോകട്ടെ.)

ഇപ്പോൾ ഞങ്ങൾ മനോഹരമായി അലങ്കരിച്ച ഒരു ടെക്സ്റ്റയിൽ ഷോപ്പിൽ. കാഷ്യർ ചിരിക്കുന്നു. വിൽപ്പനക്കാർ ചിരിക്കുന്നു. ഭംഗിയായി തൂക്കിയിട്ട, അടുക്കിവെച്ച സാരികൾ ചിരിക്കുന്നു. അവൾ ചിരിക്കുന്നു.ഞാനും കരഞ്ഞുകൊണ്ട് ചിരിക്കുന്നു. സച്ചിദാനന്ദൻ എഴുതിയിട്ടില്ലേ മോണാലിസയുടെ കരയുംപുഞ്ചിരി എന്ന്. അതുപോലെ.

വിൽപ്പനക്കാരൻ പയ്യൻ സാരികൾ തുരുതുരെ മറിച്ചിടുന്നു. അട്ടിയിടുന്നു. അടുക്കുകൾ മാറ്റി മുന്നിൽനിന്ന് തത്ത ശീട്ടു വലിക്കും പോലെ അവൾ മുന്നിൽനിന്ന് ഓരോന്നു വലിച്ചെടുക്കുന്നു. ഇഷ്ടമില്ലെന്നു മുഖം നിശ്ശബ്ദമായി മൊഴിയുന്നു.

പുതിയ സ്റ്റോക്കാണ്; ഇന്ന് കാലത്തു വന്നതാണ്; നിങ്ങളെപ്പോലെ വെളുത്ത ശരീരത്തിന് ഇതു ചേരും എന്നൊക്കെപ്പറഞ്ഞു വിൽപ്പനക്കാരൻ വാക്കുകൾകൊണ്ട് മോഹിപ്പിക്കുന്നു.

ഒടുവിൽ യുഗങ്ങൾക്കുശേഷം അവൾക്കിഷ്ടപ്പെട്ട ഒരു സാരി മുന്നിൽ വന്നു വീഴുന്നു.

അവൾ തീക്കനലിന്റെ നിറമുള്ള സാരി ശരീരത്തിന്റെ ഒരു ഭാഗത്തുവെച്ച് കണ്ണാടിയിൽ നോക്കുന്നു. കണ്ണാടി അവളോടു നേരു പറയുന്നു. കണ്ണാടി നന്നായാൽ ചങ്ങാതി വേണ്ടെന്നു പുതുമൊഴി.

വിലയേറെയുണ്ടെങ്കിലും ഉഗ്രൻ സാരി.

'എങ്ങനെ?' അവൾ ചോദിക്കുന്നു

'ഉഗ്രൻ' ഞാൻ മൊഴിയുന്നു.

'വേണമെങ്കിൽ ഉടുത്തു നോക്കാം' കടയിലെ ഒരു പെണ്ണ് അവളോട് പറയുന്നു. അവർ നടന്ന് ഒരു മുറിക്കുള്ളിൽ മറയുന്നു.

പുറത്ത് കാഷ് കൗണ്ടറിനടുത്തു ഞാൻ കാത്തിരിക്കുന്നു.

അവളെ കാണുന്നില്ല. മണിക്കൂറുകൾ കഴിഞ്ഞിട്ടും അവൾ വരുന്നേയില്ല.

ഞാൻ കടയിലെ സെയിൽസ്മേനോടു ചോദിക്കുന്നു.

അവന്റെ കണ്ണുകളിൽ അമ്പരപ്പ്.

ഞാൻ അവളെ കൂട്ടിക്കൊണ്ടുപോയ പെണ്ണിനെക്കുറിച്ചു ചോദിക്കുന്നു. വിൽപ്പനക്കാരും കാഷ്യറും പരസ്പരം കണ്ണുകളിലേക്ക് നോക്കുന്നു.ഞാൻ കാണാതെ എന്തൊക്കെയോ ആംഗ്യം കാണിക്കുന്നു.

പെട്ടെന്ന് എന്റെ ദൃഷടി കടയുടെ മുൻഭാഗത്ത് പതിയുന്നു.

ദൈവമേ, അതാ അവിടെ അവൾ. ഒരു പ്രതിമയായി സാരി ചുറ്റി അവൾ.

ഇതും കഥയാക്കണമെന്നുണ്ട്. പക്ഷെ, ജീവിതം കഥയാക്കാൻ പറ്റുമോ?

യാഗം

വഴിയോരത്ത് വെച്ച് ആട്ടിൻകുഞ്ഞുങ്ങൾ ബുദ്ധനെ കണ്ടുമുട്ടി.

ദുഃഖത്തിന്റെ ഒരു മഹാസമുദ്രം ഉള്ളിലൊളിപ്പിച്ചുവെച്ച ബുദ്ധനോട് ആട്ടിൻ കുഞ്ഞുങ്ങൾ ചോദിച്ചു:

'ബുദ്ധാ എങ്ങോട്ടാണ് യാത്ര?'

ബുദ്ധൻ മൊഴിഞ്ഞു.

'ബിംബിസാരന്റെ യാഗത്തിനുള്ള ഒരുക്കങ്ങളായി. ഞാൻ തന്നെയാണ് ബലിമൃഗം.

വിളിയും തെളിയുമില്ലാതെ അവിടെയെത്തേണ്ടത് എന്റെ നിയോഗം.

"ഞങ്ങൾ സമ്മതിക്കില്ല" ആയുധങ്ങളുമായി ആട്ടിൻ കുഞ്ഞുങ്ങൾ ബുദ്ധനു കാവലിരുന്നു.

കറുത്ത പൂവിതളിന്റെ സ്പർശം

മധുവിധുനാളുകളിലൊന്നിൽ അയാളും അവളും നടക്കാനിറങ്ങി. കഥകളിലൊക്കെ പറയുമ്പോലെ സൂര്യൻ ചോരച്ചാലു വിതറിയ ഒരു സന്ധ്യക്ക് തന്നെ.

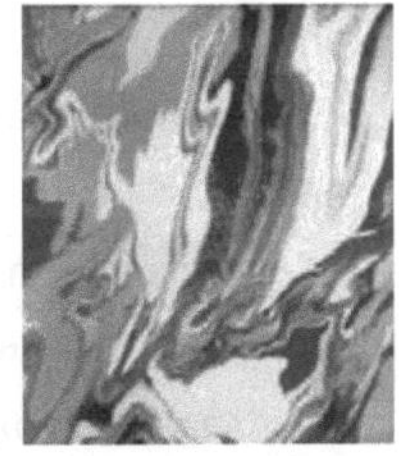

ഇടയ്ക്ക് തമാശ പറഞ്ഞു ചിരിച്ചും ഇടയ്ക്ക് ഗൗരവം പൂണ്ടും അവർ പതുക്കെ നടന്നു.

അവളുടെ ഉള്ളംകൈ അമർത്തിപ്പിടിച്ചപ്പോൾ അവളുടെ ഹൃദയം തന്റെ പോക്കറ്റിലാ

ണല്ലോ എന്ന അഭിമാനബോധത്താൽ അയാളുടെ തല ഒന്നുകൂടി നിവർന്നു.

പെട്ടെന്ന് റോഡിന്റെ എതിർവശത്തുനിന്ന് ഒരു പിച്ചക്കാരൻ അവർക്കുനേരെ നടന്നുവന്നു. ദൈന്യത്തിന്റെ നോട്ടം അവരിലേക്കെറിയുകയും കൈ അവരുടെ നേരെ നീട്ടുകയും ചെയ്തു.

"പാവം, എന്തെങ്കിലും കൊടുക്കൂ" അവൾ പറഞ്ഞു.

"ഇവൻ തട്ടിപ്പുകാരനാകാനാണ് സാധ്യത." അയാൾ പറഞ്ഞു.കൈയിൽ കരുതിയ ബാഗു തുറന്നു പത്തിന്റെ ഒരു നോട്ടെടുത്തു പിച്ചക്കാരന് നൽകി.

അയാൾ എന്തെങ്കിലും പറയുന്നതിനു മുമ്പ് തന്നെ അവൾ പറഞ്ഞു:

"ഒരു കാലത്ത് നന്നായി ജീവിച്ച ആളാകാം. കച്ചവടത്തിൽ ആരോ ചതിച്ചതാകാം. അതിനുശേഷം ഭാര്യ അയാളെ ഉപേക്ഷിച്ചു പോയതാകാം."

"ശുദ്ധഭ്രാന്ത്"-അയാൾ പറഞ്ഞു. പറഞ്ഞു തീരും മുമ്പ് അവൾ പാതയോരത്ത് വിരൽചൂണ്ടി. അയാളെ അത്ഭുതപ്പെടുത്തിയ കാഴ്ച. അവിടെ പാതയോരത്ത് ഒരു മുഷിഞ്ഞ തുണി വിരിച്ച് ഇരിക്കുന്നു ഒരു ഭ്രാന്തൻ.

ഭ്രാന്തനെന്തോ പതുക്കെ ഉരുവിട്ടു. അയാൾ പറഞ്ഞു: "രണ്ട് ദിവസമായി ഭക്ഷണം കഴിച്ചിട്ട്"

അയാൾ അലസമായി മൂളി.

അവൾ അയാളുടെ അനുവാദത്തിന് കാത്തുനിൽക്കാതെ അടുത്തുള്ള ഹോട്ടലിലേക്ക് നടന്നു. അയാൾ നോക്കിനിൽക്കെ ഒരു പാർസലിന് ഓർഡർ കൊടുത്തു. പാർസലുമായി ഭ്രാന്തനരികിലെത്തി.

ഭ്രാന്തൻ അതു പ്രതീക്ഷിച്ചതുപോലെ കൈനീട്ടി.

അവളുടെ വാക്കുകൾ മാത്രം അയാളുടെ കാതിൽ,

"കാമുകി ഉപേക്ഷിച്ചുപോയതിനു ശേഷം ഭ്രാന്തായതാ"

പിന്നെയും അവരുടെ നടത്തം തുടർന്നു. അവർക്കിടയിൽ മൗനം കനത്തു.

"അതാ ഒരു മയ്യത്തുകട്ടിൽ."മന്ത്രിക്കുംപോലെ അവൾ പറഞ്ഞു.

അയാൾ നോക്കി. നാലഞ്ചുപേർ ചുമന്നുകൊണ്ട് ഒരു മയ്യത്തുകട്ടിൽ. പിന്നിൽ ഒരു ചെറിയ ആൾക്കൂട്ടം.

"ആത്മഹത്യയാകാനാണ് സാധ്യത. അല്ലെങ്കിൽ ഭാര്യ വിഷം

കൊടുത്തു കൊന്നതാകാം.”

അയാൾ ഒന്നും മനസ്സിലാകാതെ അവളെ തുറിച്ചുനോക്കി.

അവളാകട്ടെ അത്ഭുതത്തോടെ അയാളെത്തന്നെ നോക്കി നിന്നു.

അൽപ്പം മുമ്പ് കണ്ട യാചകനും ഭ്രാന്തനും ഈ കണ്ണുകളും ഈ മുഖവുമാണല്ലോ–

–ദൈവമേ, മയ്യത്തുകട്ടിലിൽ കിടക്കുന്നവന്റെ മുഖവും ഇത് തന്നെയാകാം.

അവളിൽ നിന്ന് ഒരു നിലവിളിയുയർന്നു.

*

അവളുടെ നിലവിളി കേട്ട് അച്ഛനും അമ്മയും ഓടിയെത്തി.

കട്ടിലിൽ കമിഴ്ന്ന് വീണ് അവൾ നിലവിളിക്കുകയാണ്.

അച്ഛൻ എന്തോ ആംഗ്യം കാട്ടിയതനുസരിച്ച് അമ്മ ഓടിപ്പോയി ഏതോ ഒരു ഗുളിക അവൾക്ക് നൽകിയതും അവൾ അത് കഴിക്കാൻ വിസമ്മതിച്ച് വീണ്ടും ഏങ്ങലടിച്ച് കരഞ്ഞ് കരഞ്ഞ്...

ചുവപ്പ് ഒരു നിറമല്ല

അവൻ അവൾക്കൊരു ഇളംചുവപ്പ് പൂവ് സമ്മാനിച്ചു.

അവൻ പറഞ്ഞു:

‘ഇപ്പോൾ നീയേത് പൂവേത് എന്ന് തിരിച്ചറിയില്ല’

അവളൊന്നുമുരിയാടിയില്ല.

പകരം ഏതോ പ്രതികാരം പോലെ പൂവിന്റെ ഇതളുകൾ നുള്ളി എറിയാൻ തുടങ്ങുകയായിരുന്നു.

പൊടുന്നനവേ ഇതളുകൾക്കുള്ളിൽ നിന്ന് ഒരു കാട്ടുമൃഗം പ്രത്യക്ഷപ്പെടുകയും അവളെ മാന്തിക്കീറുകയും ചെയ്തു.

ചോരയിറ്റുവീണ് ഇപ്പോൾ പൂവിന് കടുംചുവപ്പ്.

കിനാവുകളുടെ കര

വഴിയും തുഴയും നഷ്ടപ്പെടരുതേ എന്നായിരുന്നു അയാളുടെ പ്രാർഥന. ദുരിതങ്ങളുടെ

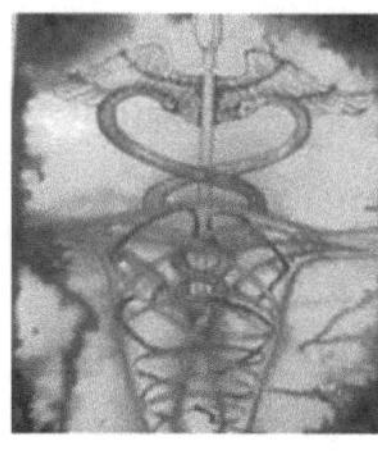

കടൽ താണ്ടി, അയാൾ ലക്ഷ്യസ്ഥാനത്തെത്തി.

കരയിൽ സ്വാസ്ഥ്യം തേടി വിശ്രമിക്കാനിരിക്കേ അയാൾ അയാളോട് തന്നെ പറഞ്ഞു:

“നിന്റെയുള്ളിലും ഒരിരമ്പും കടലുണ്ട്. അതുകൂടി താണ്ടി നീ അക്കരെയെത്തുക.”

ബോധോദയം

ബോധത്തിന്റെ അരയാലുകൾക്ക് തീവെച്ചതിനു ശേഷം ബുദ്ധൻ കൊട്ടാരത്തിലേക്ക് തന്നെ തിരിഞ്ഞു നടന്നു.

രാഹുലന്റെ കണ്ണിൽ അപരിചിതത്വം. യോശോധര ബുദ്ധനു നേരെ പടിയടയ്ക്കുന്നു.

സിദ്ധാർത്ഥനിൽ നിന്ന് ബുദ്ധനിലേക്കല്ലാതെ ബുദ്ധനിൽ നിന്ന് സിദ്ധാർത്ഥനിലേക്ക് തിരിഞ്ഞു നടക്കാനാവില്ലെന്ന് രാജകുമാരനറിഞ്ഞു.

മയിൽപ്പീലി

മയിൽപ്പീലി പുസ്തകത്തിൽ പെറ്റുപെരുകുമെന്ന് നീ.

പുറംചട്ടപോയി ദ്രവിച്ച, വാലൻമൂട്ടകളിഴഞ്ഞു നടക്കുന്ന നീയാകുന്ന പുസ്തകത്തിനുള്ളിൽ മറ്റൊരു മയിൽപ്പീലിയായി പെറ്റുപെരുകി ഞാൻ.

നരക കവാടം

അഗ്നിയുടെ സിംഹാസനത്തിൽ നരകത്തിന് കാവൽ നിൽക്കുന്ന മാലാഖ. അഗ്നിയുടെ പാദുകങ്ങൾ.

ഇതാ നരകത്തിന് ഒരു വിറകു കൊള്ളി കൂടി.

ഒരു പാപിയുടെ വരവ്.

പാപി നരകകവാടം കടക്കും മുമ്പ് അയാളുടെ മനസ്സ് ഊരിയെടുത്ത് നരകത്തിന് കാവൽനിൽക്കുന്ന മാലാഖവശം കൊടുത്തു മൊഴിഞ്ഞു.

-ഇതു ഭൂമിയിൽനിന്നുതന്നെ തീപിടിച്ച മനസ്സ്. ഇനിയും അഗ്നിയുടെ കനലുകൾ കോരിയിടണോ?

മാലാഖ അയാളെ സൂക്ഷിച്ചുനോക്കി.

അയാൾ കലാകാരനായിരുന്നു.

അനൽഹഖ്

മേഘം പുഴയോട് പറഞ്ഞു:
'ഞാനാണ്, സ്വപ്നങ്ങൾ വർഷിച്ച്
നിന്നെ ഉന്മാദിയാക്കുന്നത്.
നിന്നെ നീയാക്കുന്നത്'
പുഴ മറുവാക്കോതി.

'എന്റെ ചുടുനെടുവീർപ്പാണ് ആകാശത്ത് നീയായി കുമിഞ്ഞു കൂടുന്നത്. അത് എന്നിലേക്ക് തന്നെ മടങ്ങിയെത്തുന്നു എന്നേയുള്ളൂ'

സ്ത്രീ

വിവാഹസമയത്ത് രക്ഷിതാക്കൾ പെണ്ണിന് കൊടുത്തത് നൂറുപവൻ.

കഴുത്തിലും കാതിലും അരയിലും നിറയെ ആഭരണങ്ങൾ.

അവരൊന്നു മറന്നുപോയിരുന്നു.

പാദസരം.

നഗ്നമായ കാൽത്തണ്ടകൾ നോക്കി വരൻ ചോദിച്ചു.

'കാലിലിടാൻ ഒന്നും തന്നില്ലേ?'

നാണത്തിൽ വിരിഞ്ഞ ചിരിയോടെ അവളോതി: 'ഇല്ല'

അയാൾ പറഞ്ഞു: 'സാരല്യ'

എന്നിട്ട് അയാൾ കരുതിവെച്ച വലിയ ചങ്ങലയിട്ട് അവളെ തളച്ചു.

-പെണ്ണായാൽ സർവാഭരണവിഭൂഷിതയായിരിക്കണമല്ലോ.

അമ്മിഞ്ഞപ്പാലിന്റെ രുചി

കിളിവാതിൽ തുറന്നു. നേരിയ തണുപ്പ് അരിച്ചുകയറുന്നുണ്ട്.ആകാശത്ത് നിന്ന് ഉറ്റിവീഴുന്ന വെളുത്ത മഴനാരുകൾ.

ഇതാ ഒരിക്കൽകൂടി ഞാനിതൊക്കെ കാണുന്നു. ഈ ആകാശം. ഈ വെളിച്ചം. വെളിച്ചത്തിന്റെ കവിളിലൂടെ ഊർന്നുവീഴുന്ന ഈ മിഴിനീരുകൾ.

അറിയിക്കാനാരുമില്ല. ഒരു കത്തുകൂടി എഴുതിവെക്കണമെന്ന് തോന്നിയില്ല. പത്രത്തിന്റെ മൂലയിൽ ചത്ത അക്ഷരങ്ങളിൽ അത്ഭുതം കൂറുന്ന കണ്ണുകൾ സുഹൃത്തുക്കളുടെ മാത്രം.

'ഒരിക്കലുമുറങ്ങാത്ത കടലാണ് എന്റെ മനസ്സ്'

തിര പൊട്ടിച്ചിതറും പോലെ ഒരു ചിരി.

'സ്വന്തം മനസ്സിനെ മനസ്സിലാക്കിയതേതായാലും നന്നായി.' അവൾ പറഞ്ഞു.

പത്രത്താളിന്റെ മൂലയിൽ നാളെ കണ്ണുകളുടക്കുമ്പോഴുള്ള അവളുടെ ചിത്രം എങ്ങനെയിരിക്കും?

ചിന്തയ്ക്ക് പൂർണ്ണവിരാമമാണ് നല്ലത്. ഞാനില്ലെങ്കിൽ ഈ പ്രപഞ്ചവുമില്ലല്ലോ.

ഒരിക്കൽകൂടി വെയിലത്ത് പൊട്ടിവീഴുന്ന മഴയെ നോക്കി നിന്നു. പിന്നെ മഴയെക്കുറിച്ച് ആരോ എഴുതിയ വരികളോർത്തു.

ശൂന്യതയുടെ കവിളിലൂടെ
ഒലിച്ചിറങ്ങുന്ന ഈ കണ്ണീർ
ആരുടേതാണ്?
ഈ മഴനാരുകൾ
ആരുടെയോ മരണത്തിൽ
കേഴുന്ന
ഏത് പെണ്ണിന്റെ മിഴിനീരാണ്?

പെട്ടെന്ന് ചുമരിലേക്ക് നോക്കിയപ്പോൾ സമയത്തെക്കുറിച്ചുള്ള ഏതോ ബോധം ഉള്ളിലുണർത്തിയ അങ്കലാപ്പോടെ കിളിവാതിലടച്ചു.

മുറിയിൽ നേരിയ ഇരുട്ട്. ഒരു മെഴുകുതിരി കത്തിച്ചു.

മേശപ്പുറത്തുനിന്ന് വിശുദ്ധപുസ്തകമെടുത്തു വായിച്ചു.

"ആദിയിൽ വചനമുണ്ടായിരുന്നു. വചനം ദൈവത്തോട് കൂടെ ആയിരുന്നു. വചനം ദൈവം ആയിരുന്നു. അവൻ ആദിയിൽ ദൈവത്തോടുകൂടെ ആയിരുന്നു. സകലവും അവൻ മുഖാന്തരം ഉളവായി; ഉളവായതൊന്നും അവനെ കൂടാതെ ഉളവായതല്ല. അവനിൽ ജീവൻ ഉണ്ടായിരുന്നു."

വേദപുസ്തകം മാറ്റിവെച്ചു. ഇനി മെഴുകുതിരി ഊതിക്കെടുത്തണം.

പൊടുന്നനവെ ഒരു കാലൊച്ച. വാതിലിൽ ഒരു മുട്ട്.

ഈശ്വരാ, ഈ നേരത്ത് ആരാണ് മറ്റൊരതിഥി?

വാതിൽ തുറന്നു. പിഞ്ഞിയ വസ്ത്രത്തിൽ ദൈന്യതയുടെ ഒരു മുഖം. നീട്ടിയ പിച്ചളപ്പാത്രത്തിൽ ചില്ലറത്തുട്ടുകൾ.

വാതിൽപ്പുറത്ത് അമ്മ നിൽക്കുന്നു. ചുണ്ടിൽ അമ്മിഞ്ഞപ്പാലിന്റെ രുചി നുണയുന്നു.

മെഴുകുതിരി ഊതിക്കെടുത്തുന്നതിനുപകരം കൂടുതൽ കാറ്റും വെളിച്ചവും കടക്കാൻ കിളിവാതിൽ കൂടി തുറന്നു.

യാത്രയ്ക്ക് ശേഷം

യാത്ര കഴിഞ്ഞു വീട്ടിൽ തിരിച്ചെത്തിയ അവളോട് അയാൾ ചോദിച്ചു.

കടയിൽനിന്ന് സാരി തെരഞ്ഞെടുക്കുമ്പോൾ സുന്ദരനായ സെയിൽസ്മേൻ നോക്കിയത് നിന്റെ കണ്ണുകളിലായിരുന്നോ?

വഴിയിൽ നടന്നു പോകുമ്പോൾ നിഴൽ ചവിട്ടി പിന്നാലെ നടന്നതാരായിരുന്നു?

വഴിയരികിലെ മരത്തണലിലൂടെ തലയും താഴ്ത്തി ഒന്നും കാണാതെ നടന്നുനീങ്ങുമ്പോൾ നിന്റെ ഉള്ളിൽ തെളിഞ്ഞുവന്നതാരായിരുന്നു?

അവൾ മറുപടിയൊന്നും പറഞ്ഞില്ല:

പകരം അവൾ ആഭരണങ്ങൾ അഴിച്ചുവെക്കുംപോലെ അവളുടെ അവയവങ്ങളൊന്നൊന്നായി അഴിച്ചുവെക്കാൻ തുടങ്ങി.

ആദ്യം കണ്ണുകൾ

ചെവികൾ

മൂക്ക്

പിന്നെ തല.....

അവയവങ്ങളൊന്നൊന്നായി ഊരിയെടുത്ത് അവൾ കിടക്കയിൽ നിരത്തിവെച്ചു.

അയാൾ അവ ഒന്നായി പൊതിഞ്ഞുകെട്ടി ഭദ്രമായി അലമാരയിൽ വെച്ചു പൂട്ടി.

ഇപ്പോൾ അവളില്ല.

അയാളുടെ ശബ്ദം മുഴങ്ങുന്നത് ടൗൺ ഹാളിൽ നിന്നാണ്.

ഫെമിനിസം തകർത്ത് പെയ്യുകയാണ്.

പട്ടം

പട്ടം ഭൂമിക്ക് മുകളിൽ ആകാശത്തിന്റെ വിശാലതയിൽ പറന്നു നടന്നു.

അതുവഴി പോയ കാറ്റിനോട് പട്ടം പറഞ്ഞു:

'നോക്കൂ' ഭൂമിക്കും ആകാശത്തിനുമിടയിൽ ഞാൻ.

ദുരിതങ്ങളുടെ ഭൂമിയും അമ്പരപ്പിന്റെ നീലാകാശവും എന്റേതല്ല.

ഞാൻ സ്വതന്ത്രൻ.'

കാറ്റ് ചിരിച്ചു. പിന്നെ പതുക്കെ പട്ടത്തിന്റെ ചെവിയിൽ മൂളി:

'ഭൂമി നിന്റേതല്ല.'

ആകാശവും നിന്റേതല്ല.

'ആരുടെയോ കൈകളുടെ കാരുണ്യമാണ് നിന്റെ സ്വാതന്ത്ര്യം.'

പൊടുന്നനവെ ചരട് പൊട്ടി.

കാറ്റിന്റെ കൈകളിൽ കിടന്ന് പട്ടം താഴോട്ട്.

ഓന്ത്

ഒരൊഴിവു ദിവസം ഏറെ ബോറടിച്ചപ്പോൾ സിറ്റിംഗ് റൂമിൽ വന്നിരുന്ന് ഞാൻ 'ടി.വി തുറന്നു.

നേതാവ് ഗൗരവത്തോടെ പ്രസംഗിക്കുന്നു. നോക്കിയിരിക്കേ നേതാവിന് ഓന്തിന്റെ ഛായ.

ഓന്ത് നാവ് നീട്ടുന്നു.

ഓന്ത് നാവ് നീട്ടിയെന്നെ നോക്കുന്നു.

(ട്രൗസറിട്ടു നടക്കുന്ന ഒരു പയ്യൻ കല്ലെടുത്ത് ഓന്തിനെ എറിഞ്ഞതും ഓന്ത് ഓടിപ്പോയതും....)

കയ്യിൽ കിട്ടിയതെന്താണെന്നോർമ്മയില്ല. മുന്നിൽ ഓന്താണ്.

ആഞ്ഞ് ഒരേറ്.

ടി.വി. സ്ക്രീൻ നൂറായിരം കഷണങ്ങളായി പൊട്ടിത്തെറിച്ചു.

ഭാര്യയും മക്കളും അകത്തെവിടെ നിന്നോ ഓടിയെത്തി പരിഭ്രമത്തോടെ ചോദിച്ചു: 'എന്ത് പറ്റി?'

അയാൾക്കൊന്നും ഉരിയാടാനായില്ല.

അപ്പോഴേക്കും അയാളുടെ ചോരമുഴുവൻ ആരോ ഊറ്റിക്കുടി

ച്ചതുപോലെ തീർന്നുപോയിരുന്നു.

ആരാച്ചാരുടെ ചോറുരുള

ഇത് മനുഷ്യന്റെ കുടൽമാല. മനസ്സിൽ ഭാരമില്ലാത്ത ഹാരമണിയാൻ.

ഇത് ചൂഴ്ന്നെടുത്ത കണ്ണുകൾ
കുട്ടികൾക്ക് ഗോട്ടി കളിക്കാൻ.
വാരിയെല്ലുകൾ
പുതിയ വീടിനു കിളിവാതിലുകൾ.

കൊല വിനോദമാക്കിയ അയാളെ ആരാധകർ അത്ഭുതത്തോടെ നോക്കിനിൽക്കേ ഒരു മാന്ത്രികനെപ്പോലെ അയാൾ പോക്കറ്റിൽ കയ്യിട്ട് ഒരു വെള്ളരിപ്രാവിനെ പുറത്തെടുത്ത് ആകാശത്തേക്ക് പറപ്പിച്ചു.

പൂച്ച

പൂച്ച പതുക്കെ നടന്ന് അടുത്തെത്തിയപ്പോഴാണ് തട്ടാൻ ശ്രദ്ധിച്ചത്.

തീ ഊതുന്ന കുഴൽ മാറ്റി തട്ടാൻ പൂച്ചയെ നോക്കി പഴഞ്ചൊല്ല് ഓർത്ത് ഒരു പുച്ഛച്ചിരി ചിരിച്ചു.

പെട്ടെന്ന് കാലിലെ പതുപതുപ്പിൽനിന്ന് ഒളിപ്പിച്ചുവെച്ച നഖങ്ങൾ പുറത്തെടുക്കുകയും പൂച്ച ഒരു പുലിയെപ്പോലെ തട്ടാന്റെ മേൽ ചാടിവീഴുകയും ചെയ്തു.

അതിനുശേഷം പഴഞ്ചൊല്ലിൽനിന്ന് പുറത്തുകടന്ന പൂച്ച കുളിച്ച് ആഭരണങ്ങൾ ധരിച്ച് കുഞ്ചൻ നമ്പ്യാരെ ചെന്നുകണ്ട് വിവരങ്ങളെല്ലാം ചൊല്ലി.

കുഞ്ചൻ നമ്പ്യാർ കഥയെല്ലാം കേട്ട് എഴുത്താണിയെടുത്ത് പനയോലയിൽ ഇങ്ങനെ കുറിച്ചിട്ടു.

'കനകം മൂലം കാമിനി മൂലം
കലഹം പലവിധമുലകിൽ സുലഭം'

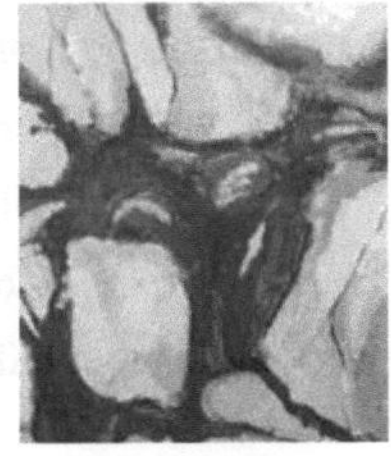

കഥാന്തരത്തിന്റെ ബാക്കി

'നീലനിറത്തിലുള്ള മുഖമുയർത്തി അവൻ മേൽപ്പോട്ടു നോക്കി. ഇണർപ്പു പൊട്ടിയ കറുത്ത

നാക്ക് പുറത്തേക്ക് വെട്ടിച്ചു.'

പാമ്പിന്റെ വിടരുന്ന പത്തിനോക്കി രവി ആഞ്ഞടിച്ചു. മരണപ്പിടച്ചിലിൽ പാമ്പ് രവിയോട് പറഞ്ഞു: 'തപ്പ്'

'ഇരുണ്ട മാളത്തിൽനിന്നും ഇഴഞ്ഞെത്തുന്ന മരണത്തിന് കാൽപ്പാദം നീട്ടാനല്ലേ വിജയൻ നിന്നോട് പറഞ്ഞത്?' പാമ്പു ചോദിച്ചു.

'വേണ്ട' രവി പറഞ്ഞു. 'ഞാൻ ജർമനിയിലേക്ക് പോവുകയാണ്. അവിടെ ഗുണ്ടർട്ട് സിമ്പോസിയമുണ്ട്. തിരിച്ചുവന്നു ഡി.സി കിഴക്കേമുറിക്ക് വേണ്ടി ചില പുസ്തകങ്ങൾ എഴുതണം.'

ഇത്രയും പറഞ്ഞ് വീണ്ടും രവി വടിയുയർത്തിയപ്പോൾ 'പാമ്പ്' പത്തിയാട്ടി പറഞ്ഞു. 'വേണ്ട'. എന്നിട്ട് രവിയുടെ മുന്നിൽ പാമ്പ് തലതല്ലിച്ചത്തു.

വെളിച്ചത്തിന്റെ നിറം

വെളിച്ചം കെട്ടുപോയ നേരം....

അവൾ ചോദിച്ചു.

'ഇനിയെന്തു ചെയ്യും?'

ഒന്നും പറയാതെ അയാൾ അവളുടെ മുടിക്കെട്ടഴിച്ച് അതിലൊളിപ്പിച്ചുവെച്ച സൂര്യനെ പുറത്തെടുത്തു. അത്ഭുതത്തിന്റെ കണ്ണുകളോടെ അവൾ ചോദിച്ചു.

'ഇത്രവേഗം നേരം വെളുത്തോ?'

ചോദ്യം കേട്ട് കിഴക്കുനിന്ന് സൂര്യനോ കിടക്കയിൽനിന്ന് അയാളോ ആരാണ് ചിരിച്ചത്!

തൂലിക

പച്ചക്കറി അരിയുന്നതിനിടയിൽ അടുക്കളയിൽനിന്ന് ഭാര്യ അയാളോട് വിളിച്ചു പറഞ്ഞു:

'ഈ കത്തിക്ക് തീരെ മൂർച്ചയില്ല'

പഠനമുറിയിൽനിന്നിറങ്ങിവന്ന് അയാൾ സ്വന്തം പേന അവൾക്ക് നൽകി.

നിന്നെക്കുറിച്ച് മൂന്നു കിനാവുകൾ

ഒന്നാം കിനാവ്

നീ പിഴച്ചവൻ
താഴ്വരകളിൽ അലഞ്ഞുതിരിയുന്നവൻ.
അതാ ഒരു കൊള്ളക്കാരൻ വരുന്നു.
നിനക്കെന്തു ചെയ്യാനാവും?
നീ പാട്ടുപാടിയിവിടെ ഇരിക്കുക.
അപ്പോഴേക്കും ഞാൻ അമ്പും കുന്തവുമെടുക്കട്ടെ.
എന്ത്?
നിന്റെ നാവനങ്ങിയല്ലോ.
ഞാൻ വിഷം തേച്ച ഒരമ്പ് പായിക്കുംമുമ്പ് അവൻ ചാരമായ
ല്ലോ.
ഇപ്പോൾ ഞാനറിയുന്നു
വാക്കിൽ നിന്ന് തീയുണ്ടാകുന്നു.

രണ്ടാം കിനാവ്

മോസസിനു വടി.
ബുദ്ധന് അരയാൽ.
നിനക്കോ?
നിനക്ക് ഒരു ഹൃദയം.
പിന്നെ രക്തം നിറച്ചൊരു പേന.

മൂന്നാം കിനാവ്

അവർ നിനക്ക് തീയുടുപ്പു തുന്നി.
ഉടുപ്പിനുള്ളിൽ നിനക്ക് കുളിര്
അടുപ്പിൽ നിന്നെ വേവിച്ചു.

തീൻമേശയിൽ, തളികയിൽ സ്വാദോടെ വേവിച്ച മനുഷ്യ മാംസം. എന്നിട്ടും അവരെല്ലാ മൊടുങ്ങിയിട്ടും ബാക്കിയായത് നീ.

മരത്തണൽ

മനുഷ്യരോട് പറഞ്ഞു പറഞ്ഞു മടുത്ത

പ്പോഴാണ് അവൾക്ക് പുതിയ ആശയം തോന്നിയത്.

മരത്തോട് പറയുക.

ഒരു പെണ്ണിന്റെ സങ്കടം മുഴുവൻ അവൾ മരത്തോട് പറയാനാശിച്ചു.

മുറ്റത്ത് ഒരു കോണിൽ അവളെയും പ്രതീക്ഷിച്ച് മരം നിന്നു.

മുത്തച്ഛന്റെ കൈ പിടിച്ചു വർഷങ്ങൾക്ക് മുമ്പ് നടന്ന മരത്തണലിലേക്ക് അവൾ ചെന്നു.

അവളുടെ സങ്കടങ്ങളത്രയും അകം നൊന്ത് അവൾ മരത്തോടോതി.

മരത്തിന്റെ മനസ്സലിഞ്ഞെന്നോണം രണ്ടുമൂന്നു പൂക്കൾ കണ്ണീർത്തുള്ളിപോലെ അവളുടെ മൂർദ്ധാവിൽ വീണു.

ദുഃഖങ്ങളുടെ ഭാണ്ഡക്കെട്ടുകൾ മരത്തിനു മുകളിൽ അവളഴിച്ചു.

മനസ്സിന്റെ ആവരണങ്ങളുമഴിച്ച് അവൾ നഗ്നയായപ്പോൾ മരം ഇലകളായി ചെറുതായി നിശ്വസിച്ചു.

ഈ ഭൂമിയിലെ സകല ദുരിതങ്ങളും ഒന്നാകെ വന്ന് അവളെ പൊതിയുന്നുവല്ലോ എന്നോർത്ത് മരം അവളിലേക്ക് ചാഞ്ഞു.

ബലിഷ്ഠമായ നീണ്ട ശിഖരങ്ങൾ കൊണ്ട്, കരുത്തുറ്റതായ്ത്തടികൊണ്ട് അവളെ പൊതിഞ്ഞു.

പഴയ നാണയങ്ങൾ

അവൾ ദാലിയെ അറിയുകയായിരുന്നു.

ചില്ലയില്ലാത്ത ഒരു മരത്തിൽ ഉണങ്ങാനിട്ട സമയം.

ഉരുകിയൊലിക്കുന്ന സമയം.

പിന്നെ ദാലിയുടെ ചിത്രത്തിൽനിന്നു കണ്ണെടുത്ത് അവൾ ഘടികാരത്തിലേക്കു നോക്കി.

സമയം ഒന്നര.

പുറത്തു സൂര്യൻ തീക്കനലുകൾ കോരിച്ചൊരിയുന്നു. ഒന്നും ചെയ്യാനില്ല.

ഉച്ചഭക്ഷണത്തിനുശേഷമുള്ള മയക്കത്തിനു തയ്യാറെടുത്ത് അവൾ കിടപ്പറയിലേക്കു കേറി.

പെട്ടെന്നു കോളിംഗ്ബെൽ കരഞ്ഞു. വാതിൽ തുറന്നു പുറത്തേക്കു നോക്കി.

അപരിചിതനായ ഒരാൾ

കയ്യിൽ ഒരു ചെറിയ സഞ്ചി.

മുഖവുരയില്ലാതെ അയാൾ ചോദിച്ചു.

'പഴയ നാണയങ്ങൾ എടുക്കാനുണ്ടോ?'

'ഇല്ല'അവൾ പറഞ്ഞു.

'തുളയുള്ള പഴയ മുക്കാൽ.

പഴയ ചെറിയ കാശ്.

അരയ്ക്കാൽ.

വെള്ളിയുറുപ്പിക തുടങ്ങിയെന്തെങ്കിലും തരാനുണ്ടോ? നല്ല വിലതരാം'അയാൾ പറഞ്ഞു.

അവൾ പറഞ്ഞു: 'ഇല്ല'

എന്നിട്ടും അയാൾ അവിടെത്തന്നെ നിന്നു. അവൾ തിരിഞ്ഞു നടന്നു. അയാൾക്കു നേരെ വാതിലടച്ചു.

കാലടിയൊച്ചകൾ അകന്നുപോകുന്ന ശബ്ദം അവളുടെ കാതുകളിൽ. പിന്നെ കിടപ്പറയിൽ കയറി അവൾ കട്ടിലിൽ കിടന്നു. അവളോർത്തു.

അവളുടെ പക്കൽ ഒട്ടേറെ വെള്ളിയുറുപ്പികകൾ ഉണ്ടായിരുന്നു. അവളുടെ മരിച്ചുപോയ അമ്മ അവൾക്കായി നൽകിയതായിരുന്നു അവ. അമ്മയ്ക്ക് അമ്മയുടെ അമ്മ നൽകിയതാണത്രെ.

'പച്ചനോട്ടുകളുടെ പ്രലോഭനത്തിൽ ഞാനിതു കൈവെടിയില്ല.'

ഉറക്കം കൺപോളകളിൽ കനം തൂങ്ങുമ്പോഴും അവൾ ആരോടെന്നില്ലാതെ പിറുപിറുത്തു.

പിന്നെ എപ്പോഴോ അവളുറങ്ങി. ഉറക്കത്തിൽ വെള്ളിയുറുപ്പികയുടെ തിളക്കം അവൾ തിരിച്ചറിഞ്ഞു.

അവൾക്കു ചുറ്റും ഒട്ടേറെ ചെറുപ്പക്കാർ. അവൾ വെള്ളിയുറുപ്പികയുടെ കുമ്പാരത്തിലിരിക്കുന്നു. കുമ്പാരത്തിൽനിന്നു തിളങ്ങുന്ന വെള്ളിയുറുപ്പികകൾ രണ്ടു കൈകൾകൊണ്ടും വാരി അവർക്കു നൽകുന്നു.

ഉണർന്നപ്പോഴേക്കും പുറത്തു സന്ധ്യ. മുറിഞ്ഞുപോയ കിനാവുകൾ മനസ്സിൽ തുന്നിച്ചേർത്ത് അവളിരുന്നു.

ഭർത്താവെത്തുമ്പോഴേക്കും ഏറെ വൈകിയിരുന്നു.

അത്താഴം കഴിച്ച് ഉറങ്ങാൻ കിടന്നപ്പോൾ അവൾ പഴയ നാണയങ്ങൾ വാങ്ങാൻ ഒരാൾ വന്നകാര്യം പറഞ്ഞു.

അയാൾ തീരെ താൽപര്യം കാട്ടിയില്ല. നീരസത്തോടെ അയാൾ ചോദിച്ചു.

'കൊടുക്കായിരുന്നില്ലേ?'

വർദ്ധിച്ച ക്രോധത്തോടെ അവൾ തിരിഞ്ഞു കിടന്നു. എടുക്കാത്ത ഒരൊറ്റ നാണയം മാത്രമേ ഇവിടെയുള്ളൂവെന്നും അതു തന്റെ അരികിലാണെന്നും ഒരു ഗൂഢസ്മിതത്തോടെ അവളോർത്തു.

പിന്നെ സ്വപ്നങ്ങൾ കാണാൻ വേണ്ടി മാത്രം അവളുറങ്ങാൻ കിടന്നു.

നിയോഗം

രാവിലെ ആരോ തുരുതുരാ മുട്ടുന്നത് കേട്ട് വാതിൽ തുറന്നു നോക്കിയപ്പോൾ ഡങ്കൽ സായ്പായിരുന്നു.

സായ്പിനെ കണ്ടതോടെ അയാൾ പിന്തിരിഞ്ഞോടി.

അടുക്കളയിൽ ഭാര്യയുടെ കയ്യിലുണ്ടായിരുന്ന ചായപ്പാത്രം തട്ടിവീണു ചിതറിത്തെറിച്ചു.

ഭാര്യ അമ്പരന്നു നിൽക്കേ അയാൾ അടുക്കളയിലൂടെ പറമ്പിലേക്കോടി.

ഓട്ടത്തിനിടയിൽ അയാൾ കണ്ടു.

പോത്തിന്റെ പുറത്ത് നീണ്ട കയറുമായി ഒരാളുടെ കത്തും കണ്ണുകൾ.

ഓടിക്കൊണ്ടിരിക്കുന്നതിനിടയിൽ കിതച്ചു കൊണ്ടയാൾ ചോദിച്ചു:

'എന്നെ രക്ഷിക്കുമോ?'

പോത്തിന്റെ പുറത്തിരുന്ന് അയാളോതി.

'ദൂരെ എനിക്കൊരു നിയോഗമുണ്ട്.'

പോത്തിനെയും പോത്തിന്റെ പുറത്തിരിക്കുന്നവനെയും വകവെയ്ക്കാതെ അയാൾ ഓട്ടം നിർത്തി സ്വന്തം ആത്മാവെടുത്തു കയറിന്റെ അറ്റത്തെ കുരുക്കിൽ വെച്ചു.

ഭൂമിയിലെ വിശേഷങ്ങൾ

ഇല്ലിയീൻ എന്ന വൃക്ഷച്ചുവട്ടിൽ സ്റ്റൈലിൽ ബഷീറിരുന്നു. അരികെ ശുഭ്രമായൊഴുകും പളുങ്കുനദി. ഒച്ചയില്ലാത്ത സംഗീതം.

ദൂരെ ഒരു സായിപ്പ് കൂനിയിരിക്കുന്നു.

ബഷീർ മൂന്നാം കണ്ണു തുറന്നു.

"ഇല്യാസ് കുഞ്ഞുമുഹമ്മദുകുട്ടി അല്ലേ?"

എലിയാസ് കാനെറ്റി ചിരിച്ചു.

'എപ്പം ഭൂമിയിൽനിന്നു വന്നു?'

'ഇന്നലെ'

'നോബൽ കമ്മിറ്റിക്കാർ കൊണ്ടുവന്ന കുന്ത്രാണ്ടം കൊണ്ടു വന്നിട്ടുണ്ടോ?'

'എന്തിനാ?'

'പളുങ്കുനദിയിലെ മീനിനെ എറിയാൻ'

'ഐയേം കാനെറ്റി'

'ഐയേം ഫുൾനെറ്റി'

'സോ'

'ഭൂമിയിലെ വിശേഷങ്ങൾ പറ"

കാനെറ്റി പറഞ്ഞു: 'എന്തു പറയാൻ?'

'ഭൂമിമലയാളത്തിലെ സകലമാനപേരും കടലാസും പേനയു മെടുത്ത് ബഷീറിനെപ്പറ്റി എഴുതാൻ തുടങ്ങിയിരിക്കുന്നു.'

ആകാശത്തിന്റെ ഔന്നത്യത്തിലെവിടെനിന്നോ നടന്ന ആ സംഭാഷണം ഭൂമിയിൽ ഒരാൾ മാത്രം പിടിച്ചെടുത്തു.

-തിരുവില്വാമലയിലെ ആ ത്ര്യക്ഷരി.

കവിയും കിനാവും

കിനാവു കണ്ട കുറ്റത്തിന് കവിയെ തടവറയിലാക്കി.

പാറാവുകാരൻ വാതിൽപ്പഴുതുകളിലൂടെ ഒളിച്ചുനോക്കു മ്പോൾ കവി കിനാവുകളുടെ മെത്തമേലുറങ്ങുന്നു.

കവിയെ തൂക്കിക്കൊല്ലാൻ വിധിച്ചു.

കവിയെ തൂക്കിക്കൊന്നതിനു ശേഷം കിനാവള്ളികളിൽ ഊഞ്ഞാലാടുന്നത് സ്വപ്ന ങ്ങൾ.

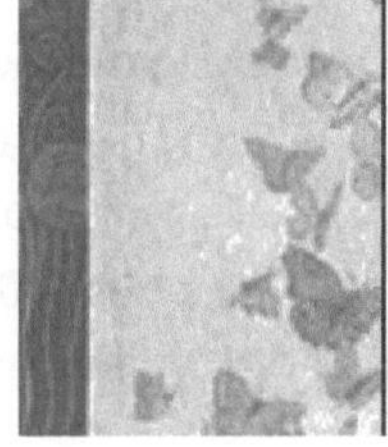

മാലയും ചന്ദനത്തിരിയും

ദൈവത്തിന് ഞാൻ മാലചാർത്തി.

കണ്ണാടിക്കൂട്ടിലിരുന്ന് ദൈവം ചിരിച്ചു.

'നീ വാരിവിതറിയ കുടൽമാലയ്ക്ക് പകരമീ മാലയെനിക്ക്'

കണ്ണാടിക്കൂടിനു മുമ്പിൽ ഞാൻ ചന്ദനത്തിരി കത്തിച്ചു.

ദൈവം ചോദിച്ചു.

'ശവഗന്ധം ആരുടെ മൂക്കിലെത്താതിരിക്കാനാണിത്?'

കാഴ്ച

'അച്ഛാ ഈയിടെ ഞാൻ ഉറങ്ങുമ്പോൾ കറുപ്പും വെളുപ്പും നിറത്തിൽ മാത്രമേ സ്വപ്നങ്ങൾ കാണുന്നുള്ളൂ. എനിക്ക് വർണ്ണസ്വപ്നങ്ങൾ കാണണം' കൊച്ചുമോൻ പറഞ്ഞു.

'കണ്ണുകൾ നിന്റെ മുഖത്തുതന്നെയിരിക്കട്ടെ. പക്ഷേ, നിന്റെ കാഴ്ചയിങ്ങ് തരൂ' അച്ഛൻ പറഞ്ഞു. എന്നിട്ട് ഏതാനും ചാൺ വലിപ്പമുള്ള ഒരു പെട്ടി കൊച്ചുമോന് നൽകി'

ആ പെട്ടിക്ക് മുന്നിൽ കാഴ്ചയുള്ള അന്ധനായി കൊച്ചുമോൻ തപസ്സു തുടങ്ങി.

ഇപ്പോൾ ഉറങ്ങിയാലും ഉണർന്നാലും സ്വപ്നങ്ങളുടെ വർണ്ണപ്പൊലിമ മാത്രം.

ബലി

ഇത്തിരി മണ്ണ് അയാളുടെ കിനാവായിരുന്നു.

ഊണിലും ഉറക്കത്തിലും അയാളുടെ ചിന്തയിൽ ഒരു ചീന്ത് ഭൂമി. വർഷങ്ങളോളം രാവുകൾ അയാളെ കൈവെടിയുകയും പകലുകൾ പിഴിഞ്ഞെടുത്ത് വിയർപ്പാക്കി മാറ്റുകയും ചെയ്തപ്പോൾ അയാളുടെ കാൽക്കീഴിൽ ഇത്തിരിഭൂമി.

പിന്നെ അയാൾ മക്കളെപ്പോലെ ഭൂമിയെ നോക്കി.

അയൽക്കാർ കടക്കാതിരിക്കാൻ അതിരുകൾ കെട്ടി.

ഭൂമിയെ അയാൾ ചമയിച്ചു.

-നിനച്ചിരിക്കാതൊരുനാൾ അയാളുടെ കാൽക്കീഴിൽനിന്ന് ഭൂമി പിടഞ്ഞെണീറ്റു.

അയാൾ സ്നേഹിക്കുന്ന, അയാളുടെ ഭൂമി ഒരു ഭദ്രകാളിയെപ്പോലെ അയാളോടാവശ്യപ്പെട്ടു.

'എന്റെ ദാഹം തീർക്കാൻ നിന്റെ ചോര വേണം'

കിനാവുകൾ

വാതിലിലാരോ മുട്ടുന്നു.

വാതിൽപ്പാളി തുറന്ന ഉടനെ മുഖവുരയില്ലാതെ ആഗതൻ അയാളുടെ മനസ്സിന്റെ വാതിലും തുറന്നു.

'ഇന്നലെ രാത്രി നിങ്ങൾ കണ്ട കിനാവുകൾ വിൽക്കുന്നോ? വില തരാം'

ഒരു നിമിഷം തരിച്ചുനിന്നു.

അഹമ്മദ് ഫറാസിന്റെ ഒരു കവിതയാണോർത്തത്.

കവിതയുടെയും ജീവിതത്തിന്റെയും സ്വപ്നരേഖ ആരാണ് മായ്ച്ചു കളഞ്ഞത്?

ഏറെ ചിന്തിച്ചില്ല.

നല്ല വിലപേശലിനു ശേഷം ഞാനെന്റെ കിനാവുകൾ വിറ്റു.

ഇനി താമസിക്കാൻ കൊട്ടാരം. പറന്നൊഴുകാൻ കാറ്.

പക്ഷേ രാവുകളെന്നെ ഭയപ്പെടുത്തുന്നു.

സ്വപ്നങ്ങളില്ലാത്ത രാത്രികൾ എനിക്ക് നേരെ വാപിളർന്ന്..

ഇരുട്ട് കൊണ്ട് മുറിവ്

നോക്കൂ ഇതൊരു ഖബറാണ്. പള്ളിക്കാട്ടിലെ ചെടികൾക്കിടയിൽ ഇരുട്ട് ഇനിയും തങ്ങിനിൽക്കുന്നുണ്ട്. നേരിയ തണുത്ത കാറ്റ്.

പതുക്കെ ഇരുളനങ്ങുന്നു: ഒരു പെണ്ണിന്റെ പാദസ്വനം. ധൃതിയിൽ നടന്നു വന്ന് അവൾ ഖബറിൻ പുറത്തിരുന്നു.

ഉറങ്ങുന്ന ആരെയോ തട്ടിയുണർത്തുമ്പോലെ അവൾ മൺകൂനക്ക് മുകളിൽ കൈകൾ ചലിപ്പിച്ചു.

'എത്ര നേരായി ഞാൻ കാത്തു നിൽക്കുന്നു?'

ഖബറിനുള്ളിൽനിന്ന് മണ്ണിന്റെ സുഷിരങ്ങളിലൂടെ ഉറവപൊട്ടുന്ന പ്രകാശം ആദ്യം അവളുടെ കണ്ണിൽപ്പെട്ടു. പിന്നെ അതൊരു ആൾരൂപമായി ഭൂമിക്കടിയിൽനിന്നും പൊന്തിവന്നു.

പുറത്തെ മണ്ണിൻതരികൾ തട്ടി അവൾക്കരികിൽ അയാളിരുന്നു.

'എങ്ങനെ ഒറ്റയ്ക്ക് വന്നു?' അയാൾ

ചോദിച്ചു.

'വീട്ടിൽ എല്ലാവരും നല്ല ഉറക്കാ'

അയാൾ പതുക്കെ അവളുടെ തലമുടിയിൽ തലോടി.

*

പതുക്കെ അവളുടെ തലമുടിയിൽ തലോടി അയാൾ ചോദിച്ചു.

'എങ്ങനെ ഒറ്റയ്ക്കു വന്നു?'

ചെടികൾക്കിടയിൽ നല്ല നിലാവായിരുന്നു.

അവൾ ഒരു കള്ളച്ചിരി ചിരിച്ചു.

'ഇപ്പോ ഒറ്റക്കല്ലല്ലോ'

'ഇനിയൊരിക്കലും ഒറ്റക്കാവില്ല' അയാൾ പറഞ്ഞു.

ചെടികളും നിലാവും നക്ഷത്രങ്ങളും കാണാതിരിക്കാൻ അവൾ അയാളുടെ മാറിലൊളിച്ചു.

*

പഴയ സ്മൃതി നുണഞ്ഞ് അവൾ ചോദിച്ചു.

'ഇനിയൊരിക്കലും ഒറ്റക്കാവില്ലെന്ന് പറഞ്ഞിട്ട്?'

അവളെ തോൽപ്പിക്കുന്ന ഒരു കള്ളച്ചിരിയോടെ അയാൾ പറഞ്ഞു:

'എന്നെ തനിച്ച് യാത്രയാക്കിയതല്ലേ? എന്തേ കൂടെ വരാഞ്ഞൂ?'

-ഒരു പഞ്ഞിക്കെട്ടുപോലെ ഭാരമില്ലാതെ മേഘശകലങ്ങളിൽ ഒഴുകിനടക്കുമ്പോൾ എത്ര ആശിച്ചിരുന്നു നിന്റെ കൂട്ട്.

അവൾ പറയാനാശിച്ചു.

-ഞാൻ വരാം. ജീവവൃക്ഷത്തിന്റെ ഇലകൾ പറിച്ച് ഞാൻ ഭക്ഷണം വിളമ്പിത്തരാം. ശുഭ്രമായൊഴുകും പളുങ്കുനദിയിൽ നമുക്ക് മുങ്ങിക്കുളിക്കാം.

അവൾക്കൊന്നും പറയാനായില്ല. അവളുടെ തൊണ്ടയിൽ വാക്കുകൾ കുരുങ്ങി. പൊടുന്നനവെ അവൾ ഏങ്ങലടിച്ച് കരയാൻ തുടങ്ങി.

*

കുറച്ചുദൂരെ ഒരു ജീപ്പ് ബ്രെയ്ക്കിടുന്ന ശബ്ദം.

പള്ളിക്കാട്ടിൽനിന്ന് ഇരുളകന്നിരുന്നു.

ജീപ്പിൽനിന്ന് മൂന്നുനാലു പേരിറങ്ങി പരിഭ്രമത്തോടെ അവളിരിക്കുന്ന ഖബറിനടുത്തേക്ക് വന്നു.

ഒരു ഞെട്ടലോടെ അവളറിഞ്ഞു. ബാപ്പ. ആങ്ങളമാർ.

'നീയെന്ത് പണിയാ ഇച്ചെയ്തത്?' ബാപ്പയുടെ വാക്കുകളിൽ നനവ്.

ജീപ്പിലേക്ക് അവളെ വലിച്ച് കൊണ്ടുപോകുമ്പോൾ മൂത്ത ആങ്ങള പറഞ്ഞു: 'ഇക്കണെക്കിന് ചങ്ങലക്കിടേണ്ടിവരുന്നാ തോന്ന്ന്ന്'

അവരെ അനുഗമിക്കുമ്പോൾ അവൾ പിന്തിരിഞ്ഞുനോക്കി.

ഖബറിനുമേലെനിന്ന് ഒരായിരം സുഷിരങ്ങളിലൂടെ ഒരു പ്രകാശം ഭൂമിക്കടിയിലേക്ക്.

'ഞാൻ കൂട്ടിന് വരാട്ടോ'

അവൾ വിളിച്ചു പറഞ്ഞു.

അരയാലിന്റെ തണൽ

ഇലകളുറങ്ങും ബ്രാഹ്മമുഹൂർത്തത്തിൽ സിദ്ധാർത്ഥൻ എഴുന്നേറ്റു.

ഇനി യശോധരയറിയാതെ, രാഹുലനെയുണർത്താതെ കൊട്ടാരവാതിൽ കടക്കുക.

പെട്ടെന്ന് പിന്നിലൊരു സ്വരം. കയ്യിൽ കൊടുവാളുമായി കത്തും കണ്ണുകളോടെ യശോധര.

പടിപ്പുരവാതിൽ കടന്ന് പുറത്തുപോകരുത്. സ്വന്തം പാതിയേയും സ്വന്തം ചോരയിലെ കുഞ്ഞിനെയും വെടിഞ്ഞു ലോകത്തിന്റെ ദുഃഖമന്വേഷിക്കുന്നത് കാപട്യം'

കരുണ പെയ്യുന്ന മനസ്സോടെ

സിദ്ധാർത്ഥൻ നോക്കിയിരിക്കേ യശോധര അരയാൽ വൃക്ഷംപോലെ മുന്നിൽ.

സിദ്ധാർത്ഥൻ അവളുടെ തണലിൽ തപസ്സിരുന്നു. അങ്ങനെ അയാൾ ബുദ്ധനായി.

വെളിപാട്

അഹങ്കാരത്തോടെ നടക്കുന്ന ഭൂമിയെക്കു

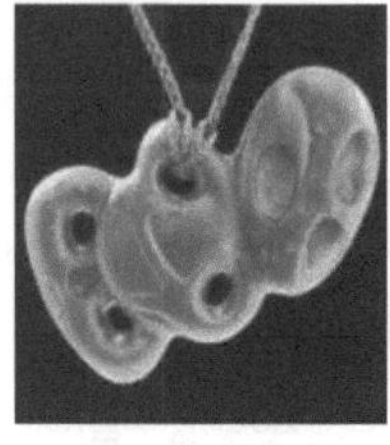

റിച്ചും തലയ്ക്കു മുകളിലെ ആകാശത്തെക്കുറിച്ചും പിന്നെ ആത്മാവിനെക്കുറിച്ചും ചിന്തിക്കാൻ തുടങ്ങിയതോടെയാണ് അയാളുടെ സ്വാസ്ഥ്യം ഏതോ അജ്ഞാതമായ പക്ഷി കൊത്തി പറന്നുകളഞ്ഞത്.

നിദ്ര അയാളെ കൈവെടിഞ്ഞ രാവുകളിൽ അയാളുടെ തല ശരിക്കും ചുട്ടുപൊള്ളുന്നതായി അനുഭവപ്പെട്ടു.

ചിന്തയുടെ അശാന്തി അയാളറിഞ്ഞു.

അയാളുടെ തലയ്ക്കുള്ളിൽ ഭൂമി എത്രയോ വേഗത്തിൽ വട്ടം കറങ്ങി. ആകാശം കനൽക്കട്ടകൾ വാരിയെറിഞ്ഞു. മരിക്കാത്ത ആത്മാവുകൾ തലയ്ക്കുള്ളിൽ പൊന്നീച്ചകളായി പറന്നുനടന്നു.

സ്വന്തം തല തന്റേതല്ലെന്ന് അയാളറിഞ്ഞു.

ഉണർച്ചയുടെ അല്ലലിൽനിന്ന് ഉറക്കത്തിന്റെ സ്വാസ്ഥ്യത്തിലേക്ക് ഊളിയിടാനെന്താണ് വഴി?

-ശരീരമൊന്നനങ്ങണം. വിയർപ്പൊഴുക്കി അധ്വാനിക്കണം.

സത്യത്തിൽ അയാൾക്കൊന്നും ചെയ്യാനുണ്ടായിരുന്നില്ല, ഗാഢമായി ചിന്തിക്കുകയല്ലാതെ.

പെട്ടെന്ന് അയാളുടെ തലയ്ക്കുള്ളിൽ ഒരു നക്ഷത്രം മിന്നി.

പിന്നെ ഒരു കൈക്കോട്ടെടുത്ത് അയാൾ തൊടിയിലിറങ്ങി.

വെറുതെ അയാൾ കുഴിക്കാൻ തുടങ്ങി. എല്ലാം മറന്ന് വലിയൊരു കുഴി കുത്തിയപ്പോഴേക്ക് അയാൾ വിയർത്തൊലിച്ചിരുന്നു.

പിന്നെ ഏറെ സമാധാനത്തോടെ അയാൾ വീട്ടിലേക്ക് മടങ്ങി. കുളിച്ചു. ഭാര്യ വിളമ്പിയ ഭക്ഷണം കഴിച്ചു. തളർന്നുറങ്ങണമെന്ന വിചാരത്തോടെ ഉറക്കറയിലേക്ക് നടക്കും നേരത്താണ് സ്വാസ്ഥ്യം കെടുത്തുന്ന ഒരു ചിന്ത അയാളെ അലട്ടിയത്.

-നാളെ നേരം വെളുക്കുമ്പോൾ ഒരു കുഴി നാട്ടുകാർ കാണും.

അവർക്ക് ഒട്ടേറെ സംശയങ്ങളുണ്ടാകും. എന്തിനാണ് ഈ കുഴി തീർത്തതെന്ന് ചോദിച്ചാൽ എന്തു പറയും?

അയാളുടെ തലയ്ക്കുള്ളിൽ ഭൂമി ദ്രുതഗതിയിൽ കറങ്ങുന്നു.

അയാളെഴുന്നേറ്റു.

'എങ്ങോട്ടാ?' ഭാര്യ ചോദിച്ചു.

'ആ കുഴി നികത്താൻ പോവുകയാ. ഒരു പ്രയോജനവുമില്ലാത്ത ആ കുഴി.........'

അയാൾ വാക്കുകൾ പൂരിപ്പിക്കും മുമ്പ് ഭാര്യ പറഞ്ഞു.

'തികച്ചും പ്രയോജനപ്രദമാണ് ആ കുഴി'

അയാളുടെ ചിന്ത വീണ്ടും കുഴഞ്ഞുമറിഞ്ഞു. അയാൾ കുഴിയുടെ അടുത്തേക്ക് നടന്നു. തലയ്ക്കുള്ളിൽ വീണ്ടുമൊരു നക്ഷത്രം ജ്വലിച്ചു.

പുതിയ വെളിച്ചത്തിൽ അയാൾ കണ്ടു. ആ കുഴിക്ക് അയാളുടെ അത്ര നീളം. അതേ വീതി.

'തികച്ചും പ്രയോജനപ്രദം' ഭൂമിയും ആകാശവും ആത്മാവുകളും അയാളോട് പറഞ്ഞു.

രാത്രി

മുടിയഴിച്ചിട്ട് രാത്രി പകലിനോട് പറഞ്ഞു:
'നോക്കൂ എന്റെ സൗന്ദര്യം'
അസൂയാലുവായ പകൽ സൂര്യനെ കൂലിക്കുവിളിച്ച്
രാത്രിയെ മായ്ച്ചുകളഞ്ഞു.

യാത്ര

തിരിച്ചു വീട്ടിൽ കയറിവന്നപ്പോൾ അവൾക്ക് കൈകളില്ല.
കാലുകളും കണ്ണുകളും മൂക്കും ഉടലും
ഒന്നുമില്ല.
അവൾ പറഞ്ഞു
'യാത്രയിലായിരുന്നു'

തണൽ

പടിയിറങ്ങാൻ ഒരു കൊട്ടാരവും ഉപേക്ഷിക്കാൻ യശോധരയും പിരിയാനൊരു രാഹുലനുമില്ലാത്തതിനാൽ
ഞാൻ ബുദ്ധനായില്ല.

പുറത്ത് അരയാലുമുണ്ടായിരുന്നില്ല.

നക്ഷത്രം കൊണ്ട് കൊരുത്തമാല

നക്ഷത്രങ്ങൾ പറിച്ചു മടിയിലിട്ടു മാല കോർക്കുകയായിരുന്നു

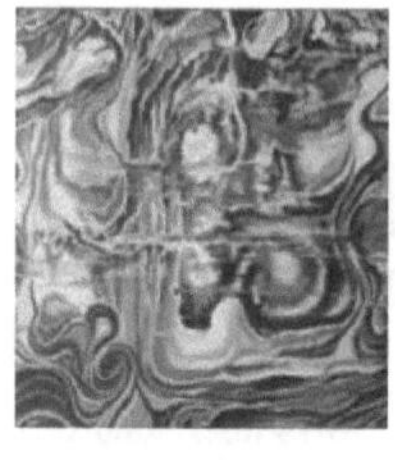

അവൾ.

വൃദ്ധൻ വടിയൂന്നി കൂനിക്കൂനി അവിടെയെത്തി. അവൾ മാല കോർക്കുന്നതുനോക്കി നിശ്ശബ്ദനായി നിന്നു.

'നിങ്ങളെന്താണ് ഒന്നും പറയാത്തത്?' അവൾ ചോദിച്ചു. സംസാരിക്കുന്നതിനു പകരം എന്നത്തെയും പോലെ വൃദ്ധൻ രണ്ടുവരി കവിത മൂളി.

'അങ്ങയുടെ വീഞ്ഞ് അത്രയും വൃത്തിയുള്ളത്, അത്രയും മധുരമുള്ളത്. അത്രയും പരിശുദ്ധമായത്;

എന്റെ പാനപാത്രമാകട്ടെ പൊട്ടിയതും അഴുക്കുപുരണ്ടതും വൃത്തിയില്ലാത്തതും.'

ഈയിടെയായി വൃദ്ധൻ ചോദ്യങ്ങൾക്കുത്തരം പറയാറില്ല.

അല്ലെങ്കിൽ ഏത് ചോദ്യത്തിനാണ് ഉത്തരമുള്ളത്? അവളോർത്തു.

അവളുടെ കണ്ണുകളിലെ നക്ഷത്രങ്ങളിലേക്ക് നോക്കി വൃദ്ധൻ കുറേ നേരമിരുന്നു. പിന്നെ ഒന്നും പറയാതെ ഇറങ്ങിപ്പോയി.

**

പൂക്കൾ പറിച്ചു മടിയിലിട്ടു മാല കോർക്കുകയായിരുന്നു അവൾ.

'ഇതാർക്കാ മോളേ.'

വൃദ്ധയായ അമ്മ ചോദിച്ചു.

'ജയദേവന്' അവൾ പറഞ്ഞു

'ഈ അമ്മ എന്തൊരമ്മയാണ്. ഇന്നല്ലെ ആഗസ്റ്റ് നാല്. ജയദേവൻ വരുന്നതിന്നല്ലേ?'

അമ്മ തേങ്ങി. അമ്മയുടെ തലയ്ക്കുള്ളിൽ ആയിരം വിമാനങ്ങളിരമ്പി.

ആ വിമാനദുരന്തത്തിനുശേഷം ഒരു വർഷം കൊഴിഞ്ഞു വീണിരിക്കുന്നു. അമ്മയ്ക്ക് വാക്കുകൾ തൊണ്ടയിൽ കുരുങ്ങി.

'ഈശ്വരാ, ന്റെ മോള്'

**

'ഞാൻ എന്തൊക്കെയാണ് കൊണ്ടുവന്നതെന്നു നോക്കൂ.'

ജയദേവൻ പറഞ്ഞു.

അതിഥികളൊഴിഞ്ഞപ്പോൾ ജയദേവൻ പെട്ടി തുറന്നു. അവൾക്കായി പലതരം സാരികൾ. പല വർണങ്ങളിലുള്ള മുത്തുമാലകൾ, സുഗന്ധതൈലങ്ങൾ. അങ്ങനെയങ്ങനെ.........

'ഇനി നിങ്ങൾ പോകരുത്,' അവൾ മൊഴിഞ്ഞു. ഇത്തവണ കൂടി മാത്രം. പിന്നെ തിരിച്ചുവന്നാലിനി പോകുന്ന പ്രശ്നമേയില്ല.'

'എത്ര കഴിയും തിരിച്ചുവരാൻ?'

'ഒരു വർഷം.'

-ഈശ്വരാ ഒരു വർഷം.

വാക്കുകളുടെ മുത്തുകൾ ഒന്നൊഴിയാതെ അവൾ മനസ്സിൽ കോർക്കുകയായിരുന്നു.

എന്നിട്ട്.........

എന്നിട്ട്..........

'നീയെന്തൊക്കെയാണ് ചിന്തിക്കുന്നത് മോളെ.'

അമ്മ ചോദിച്ചു: 'നീ ഇങ്ങനെ ദുഃഖിച്ചിരുന്നിട്ടെന്താ? പോയവർ വരോ'

അവൾ ആലോചിക്കുകയായിരുന്നു. പോയവർ വരാറുണ്ടല്ലോ.

നക്ഷത്രങ്ങൾകൊണ്ടു മാലകോർക്കുമ്പോഴൊക്കെ അവളെ സന്ദർശിക്കാറുള്ള വൃദ്ധനെ അവളോർത്തു. ഒരു മൂടൽമഞ്ഞു പോലെ അപ്രത്യക്ഷമാവുകയും വീണ്ടും തീവ്രവ്യഥകളുടെ നാളുകളിൽ തിരിച്ചെത്തി ആശ്വാസത്തിന്റെ കവിതകൾ മൂളുകയും ചെയ്യുന്ന വൃദ്ധൻ.

'ഏത് വൃദ്ധന്റെ കാര്യമാ മോള് പറയുന്നത്?' അമ്മ ചോദിക്കും.

വെളുത്തുനീണ്ട താടിയെക്കുറിച്ചും കവിതാശകലങ്ങളെക്കുറിച്ചും പറയുമ്പോൾ അമ്മ ചിരിക്കും. വേദനപുരണ്ട ചിരി.

"തോന്നലാ മോളേ....."

**

പനിക്കിടക്കയിൽ അവൾ ഓർമ്മയുടെ മുല്ലപ്പൂക്കൾകൊണ്ട് മാലകോർക്കുകയായിരുന്നു. ചുട്ടുപൊള്ളുന്ന നെറ്റിയിൽ കൈവച്ച് അമ്മ ചോദിച്ചു.

'നീ ആരോടാ പറയുന്നത്?'

'അമ്മ കാണുന്നില്ലേ?'

'ഞാനൊന്നും കാണുന്നില്ലല്ലോ.'

അമ്മ പറഞ്ഞത് അവൾ കേട്ടില്ല. അവൾ കേട്ടുകൊണ്ടിരുന്നത് വൃദ്ധൻ ചൊല്ലിയ കവിതകളായിരുന്നു.

'അവരുടെ കട്ടിലിനരികെ, വഴിതെറ്റി, മരംകൊണ്ടുള്ള ഒരെഴുത്തുമേശ. അതിന്മേൽ നാലു കുപ്പികൾ. ഭൂമി, വായു, വെള്ളം പിന്നെ അഗ്നിയും.'

വൃദ്ധൻ പടിയിറങ്ങിപ്പോയപ്പോഴേക്കും അവൾ ഉറങ്ങിക്കഴിഞ്ഞിരുന്നു.

**

'മാല തീർന്നല്ലോ.' അവൾ കണ്ണുതുറന്നു.

'നീ എന്താ അതുമിതും പറയുന്നത്. മൂടിപ്പുതച്ചുറങ്ങിക്കോ. നന്നായി പനിക്കുന്നുണ്ട്.' അമ്മ പറഞ്ഞു.

അവളപ്പോൾ പനിക്കിടക്കയിലായിരുന്നില്ല-വെളിച്ചത്തിന്റെ വാരിയെല്ലുകളൂരിയെടുത്തു പണിത ഒരു കൊട്ടാരത്തിൽ.

നക്ഷത്രങ്ങൾകൊണ്ട് കൊരുക്കുന്ന മാലയുടെ പണി തീർന്നാൽ ആ കൊട്ടാരത്തിലേക്ക് തന്നെ കൊണ്ടുപോകാമെന്നു പറഞ്ഞത് വൃദ്ധനാണ്.

വൃദ്ധനിന്നെവിടെ? അപ്പോളവൾ ദൂരെ എവിടെയോനിന്ന് ഒരു കവിത കേട്ടു. അവ്യക്തമായ വരികളിപ്പോൾ വ്യക്തമായി കേൾക്കുന്നുണ്ട്.

'ഇപ്പോൾ.
വ്യസനകരമായ ഈ മഴ.
എന്റെ മ്ലാനവദനം നനയ്ക്കവെ
ഞാൻ
പൊടികൊണ്ടുള്ള ഒരു ഏണി
മുട്ടോളം കൈകൾ നീണ്ട്
പിന്നോട്ടു വളഞ്ഞൊരു ഏണി
കിനാവുകാണുന്നു.
അതിലൂടെ ഉയരത്തിലുള്ള സ്വർഗത്തിലേറി
എനിക്ക് കണ്ടുപിടിക്കാമല്ലോ.
നമ്മുടെ പ്രാർത്ഥനകളും നെടുവീർപ്പുകളും

എങ്ങോട്ടാണ് പോവുന്നതെന്ന്!'

ബോധാബോധങ്ങളുടെ നേരിയ ഇഴയിൽ അവളറിയുന്നുണ്ട്. ഇത് ആ വൃദ്ധന്റെ സ്വരമാണ്. തലയൊരു വശത്തേക്ക് ചരിച്ചപ്പോൾ അത്ഭുതം പോലെ വൃദ്ധൻ തലയണയ്ക്കരികിൽ.

തനിക്കു ചുറ്റും അമ്മയ്ക്ക് പുറമെ ആരൊക്കെയോ ഉണ്ട്. കരയുകയാണോ........

വൃദ്ധൻ മാത്രം ചിരിക്കുന്നു.

'മാല തീർന്നു അല്ലേ?' അയാളുടെ കണ്ണുകൾ ചോദിച്ചു. 'അതേ' അവളുടെ കണ്ണുകൾ ഉത്തരം നൽകി.

എല്ലാവരും നോക്കിനിൽക്കേ, ആരും കാണാതെ നക്ഷത്രങ്ങൾകൊണ്ടു കൊരുത്ത മാല അവൾ വൃദ്ധനു നൽകി. ജയദേവനു നൽകാൻ. ജയദേവനവിടെ കാത്തിരിക്കുന്നു.

'എന്നാൽ പോവുകയല്ലേ?' വൃദ്ധൻ അവളുടെ കൈപിടിച്ചു.

അവൾ മെല്ലെ എണീറ്റു. ഭൂമിയിൽനിന്ന് ആകാശത്തിലേക്ക് അടർന്നുവീണ ഒരു നക്ഷത്രംപോലെ.........

അതിർത്തിരേഖ

കഥയെഴുതിക്കഴിഞ്ഞു പൂർണ്ണവിരാമമിട്ട് അടിവര വരച്ച് പൂർണ്ണനിശ്വാസം പൊഴിക്കേ, കഥാകാരനോട് കഥ പറഞ്ഞു.

'അടിവര കഥയുടെ അതിർത്തിരേഖയല്ല. അതിർത്തിരേഖ രാജ്യങ്ങൾക്കാണ് കഥയ്ക്കല്ല വേണ്ടത്.'

എന്നിട്ട് അതിരുകളില്ലാത്ത മനസ്സുകൾ തേടി കഥ പറന്നു നടന്നു.

ഇപ്പോൾ കഥാകാരന്റെ കടലാസുകൾ ശൂന്യം.

ആവിഷ്കാരസ്വാതന്ത്ര്യം

കഴുത്തിൽനിന്ന് തല ഊരിവെച്ച് ഓരോരുത്തരായി അകത്തു കടന്നു.

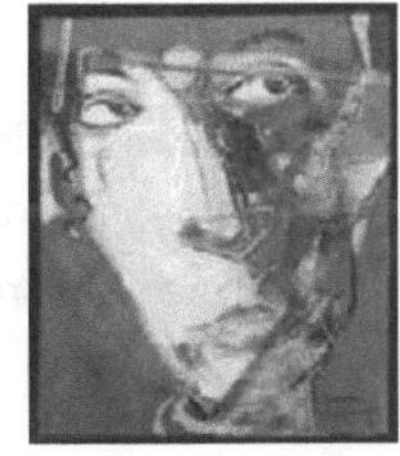

അധികാരത്തിന്റെ ദണ്ഡുമായി അയാൾ എല്ലാവരോടും പറഞ്ഞു.

'നിങ്ങളുടെ നാവുകളെയാരും ഉറക്കിക്കിടത്തിയിട്ടില്ല. നിങ്ങളുടെ കരങ്ങളെയാരും കെട്ടിയിട്ടിട്ടില്ല. എന്തും എഴുതാനും പറയാനുമുള്ള സ്വാതന്ത്ര്യം നിങ്ങൾക്ക്.'

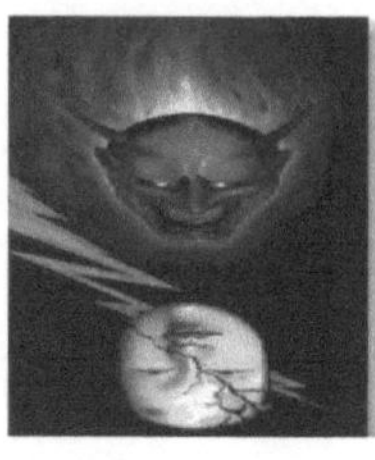

തലയില്ലാത്ത കഴുത്തുകളാട്ടി അവർ പ്രതികരിച്ചു.

പിന്നെ പുറത്തിറങ്ങുമ്പോൾ അവർ പരസ്പരം പറഞ്ഞു.

'എഴുത്തിനേക്കാൾ വലുത് കഴുത്ത് തന്നെ'

ദാർശനികദുഃഖം

അയാൾ ആത്മഹത്യചെയ്യാൻ തന്നെ തീരുമാനിച്ചു.

കമ്യൂ മുതൽ യുക്കിയോ മിഷിമവരെ എത്രയോ പേർ മറ്റേതോ ലോകത്തു നിന്ന് അയാളെ കൈകാട്ടി വിളിച്ചു.

".................planned in the silence of heart, like a work of art" അയാൾ ഊണിലും ഉറക്കത്തിലും ഉരുവിട്ടുകൊണ്ടേയിരുന്നു.

തൂങ്ങിമരണമാണ് എന്തുകൊണ്ടോ അയാൾ തെരഞ്ഞെടുത്തത്.

പൊള്ളുന്ന ജീവിതത്തിൽനിന്ന് തലചായ്ക്കാൻ തണലുമായി ഒരു മരം.

കുഞ്ഞിനു തൊട്ടിൽ കെട്ടുന്ന ആഹ്ലാദത്തോടെ മരക്കൊമ്പിൽ അയാളൊരു കയർ കെട്ടി.

കുരുക്കിൽ കഴുത്തിടുന്നതിനുമുമ്പ് അയാൾ മനസ്സിൽ പറഞ്ഞു.

'ജീവിക്കാനുള്ള അവകാശം പോലെ പ്രധാനപ്പെട്ടതാണ് മരിക്കാനുള്ള അവകാശവും.

ഒരു ഒച്ചയോടെ മരത്തിന്റെ വലിയ ശിഖരം അടർന്നുവീണതും ജനം ഓടിക്കൂടി അയാളെ തല്ലിക്കൊന്നതും ഒന്നിച്ച്.

-ഒരു മനുഷ്യന് മരിക്കാനുള്ള അവകാശത്തേക്കാൾ പ്രധാനപ്പെട്ടതാണല്ലോ ഒരു മരത്തിന് ജീവിക്കാനുള്ള അവകാശം.

മഞ്ഞു തുള്ളി

പ്രഭാതത്തിൽ പുൽക്കൊടിയിൽ തൂങ്ങിക്കിടക്കുന്ന മഞ്ഞുതുള്ളി അടുത്ത് നിൽക്കുന്ന പൂമരത്തോട് പറഞ്ഞു:

'സൂര്യകിരണത്തിന്റെ കനിവിനു നന്ദി. പ്രപഞ്ചത്തിന്റെ ആഹ്ലാദങ്ങളത്രയും വർണ്ണങ്ങളായി എന്നുള്ളിൽ'

പൂമരം തലകുലുക്കി ചിരിച്ചു. ചിരിയുടെ ഒടുവിൽ പുൽക്കൊടിയോട് ചോദിച്ചു.

'എവിടെ മണ്ണിൽ അടർന്നുവീണ നിന്റെ കണ്ണുനീർത്തുള്ളി?'

മറുവാക്കോതാൻ മഞ്ഞുതുള്ളി ബാക്കിയുണ്ടായിരുന്നില്ല.

അഗ്നി

'അക്ഷരം അഗ്നിയാണ്'

നാട്ടിൻപുറത്തെ നടന്നുനീങ്ങുന്ന ഒരെല്ലിൻകൂടിനോട് ഞാൻ പറഞ്ഞു.

അയാൾ ഒരു ബീഡി നീട്ടിപ്പറഞ്ഞു.

'നിന്റെ അച്ചരംകൊണ്ട് ഇതൊന്നു കത്തിക്ക്.'

ഞാൻ നോക്കിനിൽക്കേ അയാൾ സ്വന്തം കണ്ണിൽനിന്ന് ബീഡി കത്തിച്ചുവലിച്ചു. പിന്നെ ഒന്നും മിണ്ടാതെ നടന്നുനീങ്ങി.

ഭൂമിക്ക് അവകാശപ്പെട്ടത്

ശുഭ്രമായൊഴുകും പളുങ്കുനദിക്കരയിൽ, നിഴലില്ലാത്ത ഇല്ലിയീൻ എന്ന വൃക്ഷച്ചുവട്ടിൽ അവരിരുന്നു. ഇവിടെ കാലത്തിനോ നേരത്തിനോ പ്രസക്തിയില്ല. മുകളിൽ സൂര്യനില്ല. ഈ ഇരിക്കുന്ന തറ ഭൂമിയുമല്ല.

ഇരുളും വെളിച്ചവുമില്ലാത്ത ആ അവസ്ഥയിൽ ഇല്ലിയീൻ എന്ന വൃക്ഷം ഒന്നു വിറച്ചു. പൊടുന്നനെ കലപിലകൂട്ടി സംസാരിച്ചിരുന്ന അവരുടെ നാവിറങ്ങി. ആകാശത്തുനിന്ന് താഴേക്ക് ഒരു അപ്പൂപ്പൻതാടി ഒഴുകിവരുമ്പോലെ ഒരില ഞെട്ടിൽനിന്നും താഴോട്ട്.

'ഭൂമിയിൽ ആരോ മരിച്ചിരിക്കുന്നു.'

ഭാഷയില്ലാത്ത ഭാഷയിൽ അവർ പരസ്പരം പറഞ്ഞു.

'ആരായിരിക്കും?'

കൂട്ടത്തിൽ ചിലർ നടക്കാതെ നടന്ന് ഇലയുടെ അരികിലെത്തി.

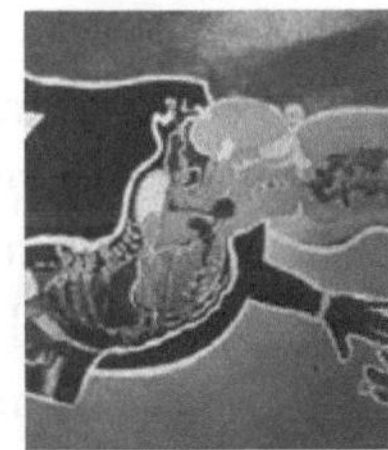

ഇലയിൽ ആരുടെ പേരാണെഴുതിയത്?

'യൂസഫ്'

ആരോ ഉറക്കെ വായിച്ചു.

അവരൊന്നായി സാറയുടെ അടുത്തുകൂടി.

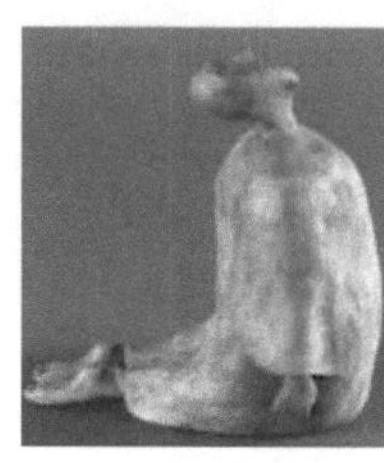

'യൂസഫ്. യൂസഫ്'

അവരൊന്നായി പിറുപിറുത്തു.

ഭൂമിയിൽ അവന്റെ വാസം കഴിഞ്ഞിരിക്കുന്നു.

അപ്പോഴവൻ യാത്രയുടെ രുചി അറിഞ്ഞിരിക്കുന്നു.

'സാറാ. യൂസഫിനെക്കുറിച്ചു പറയുക.'

സാറയുടെ മുഖം തുടുത്തു.

ഇവിടെ കാര്യങ്ങൾ ഭൂമിയിലെപ്പോലെയല്ല.

മരണം ഇവിടെ സദ്വാർത്തയാകുന്നു.

സാറ ഒച്ചയില്ലാത്ത ഒച്ചയിൽ പറഞ്ഞുതുടങ്ങി.

'അവൻ യൂസഫ് നിങ്ങൾക്കറിയാവുന്നതുപോലെ ഭൂമിയിൽ എന്റെ ഇണയായിരുന്നു.'

'ആഹ്ലാദത്തിന്റെ സൂര്യൻ കെടാതെ ഞങ്ങൾക്കിടയിൽ. ഞങ്ങൾ പരസ്പരം വസ്ത്രങ്ങളായിരുന്നു....'

അത്രയും പറഞ്ഞപ്പോഴേക്കും അവളുടെ തൊണ്ടയിടറി. കണ്ണിൽനിന്ന് ഒരിറ്റ് കണ്ണീർക്കണം മറ്റേതോ ലോകത്തുനിന്നെന്ന പോലെ കവിളിലേക്കിറങ്ങിവന്നു.

സാറയുടെ ചുറ്റും കൂടിനിന്ന അവർ ഒന്നായി പറഞ്ഞു:

'അരുത് സാറാ.

നമ്മൾ മരിച്ചവരാണ്.

മരിച്ചവർക്ക് വികാരങ്ങളില്ല.

കണ്ണീരും പുഞ്ചിരിയും ഭൂമിക്കവകാശപ്പെട്ടതാണ്.

ഭൂമിയുടെ അവകാശങ്ങളത്രയും ഭൂമിക്കുതന്നെ നൽകിയാണ് നമ്മളിങ്ങോട്ട് പോന്നത്.'

നേരാ'

സാറ നീണ്ട ഒരു നിശ്വാസം പൊഴിച്ചു. പിന്നെ ചുണ്ടിൽ മറ്റാർക്കും തിരിച്ചറിയാനാവാത്തവിധം ഒരു ചെറു ചിരി വിരിഞ്ഞു. അവൾ തുടർന്നു.

'ഒരു ദിവസം സന്ധ്യാനേരം. ഇപ്പോഴും ഓർമ്മയിലുണ്ട്. തൊടിയിലും മുറ്റത്തുമാകെ സൂര്യൻ ചെമ്പരത്തിയുടെ ഇതളുകൾ വാരിവിതറിയിരുന്നു. യൂസഫിന് ഒരു ചുടുചായ നൽകാൻ ഞാൻ അടുക്കളയിലായിരുന്നു...

പൊടുന്നനെ യൂസഫ് എന്റെ തൊട്ടരികെ.

ഈശ്വരാ ആ മുഖം എനിക്കപരിചിതം...

ഇരുണ്ട കരിമ്പടം പോലെ അപ്പോൾ ആ മുഖം. മണ്ണെണ്ണ കൊണ്ട് അവനെന്നെ കുളിപ്പിക്കുന്നു. കുളിരുമാറ്റാൻ എന്റെ മേലെ തീകോരിയിടുന്നു...

(കുളിമുറിയിൽ തണുത്തുവിറച്ചു നിൽക്കുകയായിരുന്നു ഞാൻ. യൂസഫ് കുസൃതിയോടെ ഓരോ ബക്കറ്റ് വെള്ളവും എന്റെ മേലെ കോരിയൊഴിക്കുകയായിരുന്നു. 'മതി.മതി.' വിറച്ചുകൊണ്ട് ഞാൻ പറഞ്ഞു.)

മതിയാക്കൂ.

ആളിക്കത്തുന്ന നാളങ്ങൾക്കിടയിൽ എന്റെ വാക്കുകൾ ജീവനില്ലാത്ത കരിക്കട്ടയായി.'

'അപ്പോൾ അതൊരാത്മഹത്യയായിരുന്നില്ലേ?'

അവർ ചോദിച്ചു.

സ്റ്റൗവിൽനിന്ന് സാരിക്ക് തീപിടിച്ചതായിരുന്നില്ലേ?

അവർ ചോദിച്ചു.

ഭൂമിയിൽനിന്ന് നിഴലും വെളിച്ചവുമില്ലാത്ത, മറ്റേതോ ഒരു ലോകത്താണ് തങ്ങളെന്ന കാര്യം അവർ മറന്നതുപോലെ.

'അവനിങ്ങ് വരട്ടെ.'

അവരൊന്നായി രോഷംകൊണ്ടു.

വിധിദിനത്തിന്റെയന്ന് മുടിനാരേഴായ് ചീന്തിയിട്ട പാലത്തിലൂടെ അവൻ സ്വർഗ്ഗത്തിലേക്ക് കടക്കില്ല....

പാലത്തിൽനിന്ന് അവന്റെ കാൽ വഴുതും. നരകക്കുണ്ടിൽ തേളും പാമ്പുമൊത്താവട്ടെ അവന്റെ സഹവാസം.

ആളുന്ന തീയിൽ, അഗ്നിയുടെ കസേരയിൽ മാലിക് എന്ന മലാഖമാത്രം അവന് കൂട്ട്.

പളുങ്ക് നദിക്കരയിൽ, ഇല്ലിയീൻ എന്ന വൃക്ഷത്തിന് മുകളിൽ ഒരു മിന്നാമിനുങ്ങ് മിന്നി.

'അതാ അവൻ വരവായ്'

അവരൊന്നായി ഒരു കോറസ്സുപോലെ പാടി.

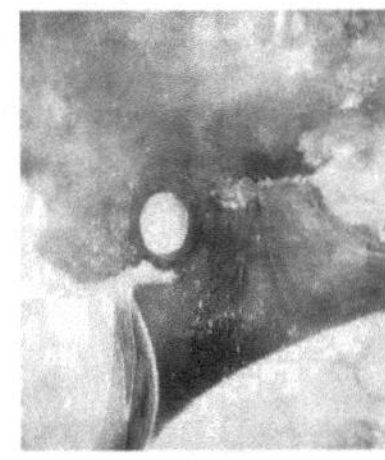

സാറ അവന്റെ മുടി പിടിച്ചു പറിക്കുന്നതും മുഖത്ത് നുള്ളിപ്പറിച്ചു ശാപവാക്കുകളെറിയുന്നതും കാത്ത് അവരിരുന്നു...

ഭൂമിയിലായാലും മറ്റേത് ലോകത്തിലാ

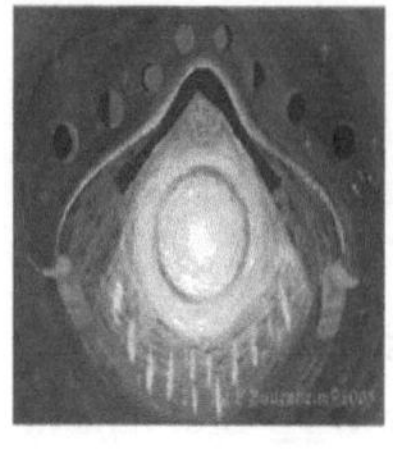

യാലും മറ്റുള്ളവരുടെ ജീവിതത്തിലാണല്ലോ എന്നും നമ്മുടെ കണ്ണ്.

യൂസഫ് എല്ലാ ചുമടുകളും ഭൂമിയിലിറക്കി വെച്ച ആയാസത്തോടെ നടന്നുവരികയാണ്...

സാറയുടെ മുഖത്ത് ദിവ്യമായ ഒരു പ്രകാശം വിരിയുകയാണ്.

ഇപ്പോൾ നിഴലില്ലാത്ത വൃക്ഷച്ചുവട്ടിൽ യൂസഫും സാറയും കൈകൾ കോർത്തുപിടിച്ച്, കണ്ണുകളിൽ പരസ്പരം ഇമവെട്ടാതെ നോക്കി സൗഹൃദം കൊറിച്ച് അങ്ങനെ അങ്ങനെ....

ഒരു സ്വപ്നത്തിന്റെ ബാക്കി

ഭാര്യ രാത്രികണ്ട ഒരു സ്വപ്നത്തിന്റെ ഇഴകൾ പിരിച്ചെടുക്കുകയായിരുന്നു.

നൃത്തച്ചുവടുകളുമായി തടിച്ചുകൊഴുത്ത ഒരാൾ. അയാളുടെ കണ്ണുകളിൽ ആഹ്ലാദമുദ്ര.

വർണ്ണങ്ങളുടെ ഏതോയിടങ്ങളിൽ ഈ ലോകത്തിന്റെ മുഴുവൻ ആഹ്ലാദങ്ങളുമായി ചുവടുവെയ്ക്കുന്നു അയാൾ.

പെട്ടെന്ന് അയാളുടെ ദൃഷ്ടി തൊട്ടടുത്ത ഒരു മരത്തിനു മുകളിൽ.

മരത്തിനു മേലെ പകുതി ഉടലും തലയും താഴോട്ടിട്ട് അയാളിലേക്ക് ചാടിവീഴാനായി ഏതോ ഭീകരജീവി.

കറുത്തനിറം.

ഇരുളിന്റെ ഏതോ കോട്ടയിൽനിന്ന് ചിറകടിയൊച്ചകൾ.

അപ്പോഴേക്കും ഞാനുണർന്നുപോയി.

അത്രയും വിവരിച്ചു കഴിഞ്ഞ് അവൾ ചോദിച്ചു.

'എന്താ ഇതിന്റെയൊക്കെ അർഥം?'

'അർഥമൊക്കെ പിന്നീടാലോചിക്കാം. നീ പോയി ചായ കൊണ്ടുവാ' ഞാൻ പറഞ്ഞു.

അവൾ ചായ കൊണ്ടുവരാൻ അടുക്കളയിലേക്ക് പോയി.

അപ്പോൾ മുൻവശത്തെ ചാരിയ വാതിലിന്റെ വിടവിലൂടെ...

'ആരാ?'

'രാത്രി അവൾ കണ്ട സ്വപ്നത്തിന്റെ ബാക്കി.'

ഈശ്വരാ.

എനിക്കവളെ വിളിക്കണമെന്നുണ്ടായിരുന്നു.

വാ തുറക്കാൻ പോലുമാകാതെ.

ഒന്നും കാണാനും പറയാനുമാകാതെ.

ചായപ്പാത്രം ഉടഞ്ഞുവീഴുന്നത് ആരുടെ കയ്യിൽ നിന്നാണ്? ഹൃദയം പൊട്ടുന്ന നിലവിളി എവിടെനിന്നാണ്?

മുയൽ

അച്ഛാ,

മുയലും കുരങ്ങച്ചനും കൂട്ടിപ്പിടിച്ച കുപ്പത്തൊട്ടിയിതാ. മുയൽ സൗമ്യതയുടെ പ്രതീകമല്ലേ അച്ഛാ-കുരങ്ങച്ചൻ നമ്മുടെ വികൃതി യുടെയും.

നമ്മുടെ റോഡ്മാലിന്യങ്ങളിൽ നിന്ന് രക്ഷിക്കാനിത് മോനേ.

(മനസ്സിലുള്ള മാലിന്യമോ എന്ന് നീ ചോദിക്കാതിരിക്കൂ) പാത യോരത്ത് ചളിപിടിച്ച കുഞ്ഞുങ്ങൾ അടുപ്പിൽ തിളപ്പിക്കുന്ന കഞ്ഞിക്കുവേണ്ടി കലപിലകൂട്ടുന്നതും അഴുക്കു പിടിച്ച കൈകൾ കൊണ്ട് അവരെ സാന്ത്വനിപ്പിക്കുന്നതും ഉപ്പിനു പകരം കണ്ണുനീർ അവരുടെ കഞ്ഞിയിൽ ഉറ്റി വീഴുന്നതും-

നെഞ്ചിലെ നെരിപ്പോടിന്റെ ചൂടിൽ ആ കഞ്ഞി വേവുന്നതും-

മതി.

മതിയച്ഛാ-

അവരെയൊക്കെപ്പിടിച്ച് ഈ കുപ്പത്തൊട്ടിയിൽ നിക്ഷേപിച്ച് നഗരത്തിന് മൊഞ്ചുകൂട്ടുകയല്ലേ?

അച്ഛാ, എന്റെ കുപ്പായം മുഷിഞ്ഞുനാറിയിട്ടുണ്ടല്ലോ?

എന്റെ ശരീരത്തിൽ അഴുക്കുകളും വ്രണങ്ങളുമുണ്ടല്ലോ.

നമുക്കോടാം അച്ഛാ.

കൈയിൽ കിട്ടിയ ഈ പാറക്കഷണം മുയലിന്റെ വീർത്ത വയറിനു നേരെ-

ബൂട്ടുകളുടെ ഒച്ച നമ്മെ പിന്തുടരും മുമ്പ് ഓടിയോടി നമുക്ക്...

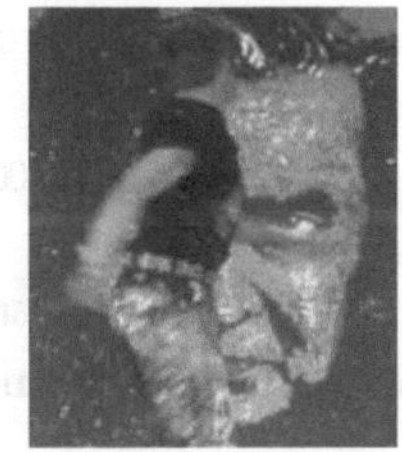

അവൾ പെയ്യുന്നു.

ഞാൻ പറഞ്ഞു തുടങ്ങി.

'മഴയുടെ മുതപ്പെടുത്തുന്ന ദീർഘമൗനം കുന്നുകൾക്ക് മുകളിൽ ഒരുവന്റെ സ്പർശ ത്താൽ തുറക്കുന്നു എന്ന് എഴുതിയത് ജയന്തമ ഹാപത്രയാണ്'

അവളൊന്നും മിണ്ടിയില്ല.

ഞാൻ തുടർന്നു: 'നോക്കൂ, മഴയുടെ മധുര ത്തിൽ മിഴിനീർ ചാലിക്കുന്നതിനെപ്പറ്റി റഷ്യ യിൽനിന്നുള്ള ഗോർബന്യേഫ്സ്കായ പ്രേമകവിതയെഴുതിയിട്ടുണ്ട്.'

അവളെന്നെ തുറിച്ചുനോക്കി.

ഞാൻ നിർത്തിയില്ല.

'ചെമ്പരത്തിയിതളുകളിൽ ഊഞ്ഞാലാടുന്ന ചുവന്ന പാവാട യുടുത്ത കന്യാമഴകളെപ്പറ്റി നമ്മുടെ സച്ചിദാനന്ദൻ പാടിയിട്ടുണ്ട്.'

ഒരു കൊടുങ്കാറ്റുപോലെ ഇപ്പോൾ അവളുടെ നെടുവീർപ്പ്.

പിന്നെ നെടുവീർപ്പ് വീടിന്റെ മേൽക്കൂരക്ക് മുകളിൽ കുമിഞ്ഞു കൂടി കെട്ടിമേയാത്ത പഴയ വീടിനു മുകളിലൂടെ പെയ്യാൻ തുടങ്ങി!

ഇപ്പോഴും അവളൊന്നും മിണ്ടുന്നില്ല.

അവൾ പെയ്യുന്നു.

പരിണാമം

ചായംതേച്ച തുണിക്കഷണം അവനുടുത്തപ്പോൾ അതൊരു കോണകമായി.

സംസാരിക്കുമ്പോൾ തലക്കു മുകളിൽ അത് കാറ്റിലാടിയ പ്പോൾ അവൻ നേതാവായി.

സഞ്ചരിക്കുന്ന കാറിലേക്ക് നാട്ടിയപ്പോൾ അവൻ ഭരണാധികാ രിയായി.

ഒടുവിൽ മരിച്ചതിനുശേഷം അവനെയതുകൊണ്ട് പൊതിഞ്ഞ പ്പോൾ അവൻ മഹാനുമായി.

-നോക്കൂ നിറംകെട്ട നമ്മുടെ ജീവിതത്തിന് നിറമുള്ള ഒരു തുണിയെങ്കിലും വേണമെന്നായിരിക്കുന്നു.

ഇനിയും കെട്ടുപോകാത്ത സൂര്യൻ

സന്ധ്യ മാഞ്ഞു. പതുക്കെ കടൽക്കരയിൽ ഇരുളിന്റെ തൂവ ലുകൾ വന്ന് അവരെ മൂടി.

രാവേറെ വളർന്നപ്പോൾ ഇരുളിന്റെ കരിമ്പടക്കെട്ടുകളിൽ അവരമർന്നു.

പെട്ടെന്ന് നെഞ്ചിൽ കൈവെച്ച് അവൾ അലമുറയിട്ടു.

'എന്റെ ഹൃദയം. ഒരു പക്ഷിക്കുഞ്ഞുപോലെ അതു പുറത്തേക്കു ചാടി. എങ്ങോ മറഞ്ഞു.'

അയാൾ ഒരു നിമിഷം മിണ്ടാതിരുന്നു. പിന്നെ പതുക്കെ മൊഴിഞ്ഞു.

'നമുക്ക് ഇവിടെയൊക്കെ ഒന്നു നോക്കാം.'

'ഈ ഇരുളിലോ?'

ഇരുട്ടിൽ അയാളുടെ ചിരിയുടെ പ്രകാശം അവൾ കണ്ടില്ല.

പിന്നെ പതുക്കെ അയാൾ ചുറ്റുപാടും നടന്നുനോക്കി.

ഇരുളിൽ ജീവിതത്തിന്റെ മിടിപ്പുപോലെ എന്തോ ഒന്ന്.

സാന്ത്വനത്തിന്റെ വാക്കുകളുമായി അയാളെത്തി.

'ഇതെങ്ങനെ കിട്ടി. ഈ ഇരുളിൽ ഒരു തീപ്പെട്ടിക്കൊള്ളിപോലുമില്ലാതെ നിങ്ങൾക്കെങ്ങനെ ഇത് കണ്ടെത്താനായി?'

-അയാൾ പറഞ്ഞു:

'സൂര്യൻ കെട്ടുപോയെന്നത് നേര്. പക്ഷേ, എന്റെ ഉള്ളിൽ കെടാത്ത ഒരു സൂര്യനുണ്ട്. ആ വെളിച്ചം എനിക്ക് തുണ.'

ചിതയിലെ വെളിച്ചം

'അതാ ആ മുറിയിൽ ഒരാൾ കൂടിയുണ്ട്'- ആരോ പറഞ്ഞു.

അവർ ആർപ്പുവിളികളോടെ ഓടിയെത്തി.

ആദ്യം അയാളെ അടിച്ചുവീഴ്ത്തി. എന്നിട്ട് പെട്രോളൊഴിച്ച് തീ കൊളുത്തി.

തീ അയാളെ നക്കിത്തിന്നാൻ തുടങ്ങി.

ആളിപ്പടരുന്ന ജ്വാലകൾ നോക്കി അവർ പരസ്പരം പറഞ്ഞു.

'ഇയാൾ ഭാഗ്യവാനാണ്. വെളിച്ചം കൂടുതൽ വെളിച്ചമെന്നാണ് മരിക്കുമ്പോൾ ഗോയ്ഥെ പോലും പറഞ്ഞത്.'

രണ്ടുലോകങ്ങൾ

അയാൾ നിനച്ചു.

ഞാൻ വിളിച്ചുകൂവിയത് അവൾ കേട്ടിരിക്കും.

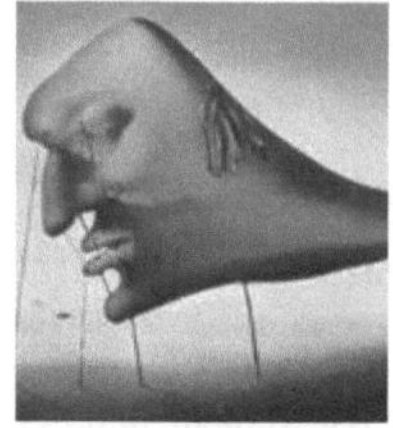

ഇപ്പോൾ വാതിൽപ്പാളികൾക്കുള്ളിൽ, കോണിക്ക് പിറകിൽ, ഇരുട്ടുമുറികളിൽ എന്നെത്തിരഞ്ഞ് അലയുകയാവും.

ഇത്തവണ അവൾക്കെന്നെ കണ്ടെത്താനാവില്ല.

ഈ കുഴിയിൽ, മണ്ണിട്ട് അതിന്നുമേലെ കല്ലുകൾ വെച്ച്, ഏറ്റവും മുകളിൽ രണ്ട് നൊച്ചിത്തൈകൾ കുഴിച്ചിട്ട്....

അപ്പോൾ ഇടുങ്ങിയ ആ ശവക്കുഴിയിൽനിന്ന് അയാൾ അവളുടെ പൊട്ടിച്ചിരി കേട്ടു.

പുരുഷസൂക്തം

നീ പിറന്നപ്പോൾ എനിക്കെന്റെ വാരിയെല്ല് നഷ്ടപ്പെട്ടു.

നീ നീട്ടിയ കനി തിന്നപ്പോൾ എനിക്ക് സ്വർഗം നഷ്ടപ്പെട്ടു. ഒന്നിച്ചു ജീവിക്കാൻ തുടങ്ങിയപ്പോൾ എനിക്ക് ഭൂമിയും നഷ്ടപ്പെട്ടു.

തീയും വെള്ളവും

പട്ടടയിൽനിന്നെണീറ്റിരുന്ന്
ഇത്തിരി തീ ചോദിച്ചു;
ഒരു ബീഡി വലിക്കാൻ.
ആഴിയുടെ ആഴങ്ങളിൽനിന്ന് പൊങ്ങിവന്ന്
ഇത്തിരി വെള്ളം ചോദിച്ചു; തൊണ്ട നനയ്ക്കാൻ.
ചോദ്യങ്ങൾ കേട്ടവർ തമ്മിൽ പറഞ്ഞു:
പട്ടടയിൽ കത്തിയമരുന്നവനുമാശ.
മുങ്ങിച്ചാവുന്നവന് ആശ.

പ്രഭാതം

ചോരയിറ്റുന്ന പത്രത്താള് മുന്നിൽ.
ചുടുകണ്ണീർ കോപ്പ കയ്യിൽ.
ഇലകൊഴിഞ്ഞ മരത്തിൽനിന്ന്
കിളികളുടെ മരണക്കരച്ചിൽ.
ശവഗന്ധവുമായെത്തുന്ന തണുത്തകാറ്റ്.
ഇരുൾ അരിച്ചെത്തുന്ന ഈ പ്രഭാതം

പകലിനെ മറികടന്ന് നേരെ നീളുന്നത്
രാത്രിയിലേക്കാണ്.
ഇപ്പോൾ പകലില്ല; പകയുടെ പുകമഞ്ഞുമായി
മാഞ്ഞുപോകുന്ന ഈ പ്രഭാതം
മാത്രം.

വിൽപ്പന

കേൾവിക്കാർ മൂന്നുനാലു പേരുണ്ടെന്ന് വന്നപ്പോൾ ഞാൻ ചാരുകസേരയിൽ ഒന്നു ചാരിക്കിടന്നു. കണ്ണു പാതിയടച്ചു ഗൗരവത്തിൽ പറയാൻ തുടങ്ങി.

"കുട്ടികളേ, അക്ഷരം അഗ്നിയാണ്. വാക്കിനു തോക്കിനേക്കാൾ ഊക്കുണ്ട്. രാവിന്റെ നിശ്ശബ്ദതയിൽ, ഒരു വാക്കിനായി തപസ്സുചെയ്ത് ഉറക്കം ഊരിയെറിയുന്ന ഏതോ മുഹൂർത്തത്തിൽ ആകാശത്തു നിന്ന് നക്ഷത്രങ്ങൾ അടർന്ന് എന്റെ എഴുത്തു കടലാസിൽ വീഴുകയാണ് ചെയ്യുന്നത്."

അവരമ്പരന്ന് ആരാധനയോടെ എന്നെ നോക്കി. പിന്നെ തൊഴുകൈകളോടെ യാത്രപറഞ്ഞിറങ്ങി.

പിന്നെയെത്തിയത് ഏതോ വലിയ പത്രത്തിന്റെ പ്രതിനിധി.

ഗൗരവം വെടിഞ്ഞ് എന്റെ വാക്കുകൾ മുഴുവൻ തൂക്കി ഞാനയാൾക്ക് വിറ്റു.

ഇപ്പോൾ എന്റെ കീശയിൽനിന്ന് കിലുങ്ങുന്നത് നാണയത്തുട്ടുകൾ.

ഇര

മെലിഞ്ഞുണങ്ങി, കവിളൊട്ടി, പാറിപ്പറക്കുന്ന തലമുടിയുമായി അയാൾ എന്റെ മുന്നിലിരുന്ന് വ്യഥയുടെ കഥകളോതി.

പറഞ്ഞുകൊണ്ടിരിക്കുന്നതിനിടയിൽ പലപ്പോഴും അയാളുടെ കണ്ണു നിറഞ്ഞു. തൊണ്ടയിടറി.

എല്ലാം ഞാൻ മൂളിക്കേട്ടു.

ഒടുവിൽ പെയ്തൊഴിഞ്ഞ മനസ്സുമായി ശാന്തനായി അയാൾ മുറിവിട്ട് പുറത്തേക്ക് പോയപ്പോൾ ഞാനാലോചിച്ചു.

ഒരു ചായക്കുപോലും ഞാനയാളെ ക്ഷണിച്ചില്ലല്ലോ.

പൊടുന്നനവെ ഫോണിന്റെ മണിയൊച്ച.

ഞാൻ പറഞ്ഞു:

'കഥ റെഡി. നാളെ രാവിലെ ചെക്കുമായി ആളെ അയക്കുക.'

കളിപ്പാട്ടം

കൊച്ചുമോൻ ഏറെ വാശിപിടിച്ചു കരഞ്ഞത് കാരണമാണ് കളിപ്പാട്ടങ്ങൾ വിൽക്കുന്ന കടയിലേക്ക് കയറിയത്.

ഏറെ നേരത്തെ തിരച്ചിലിനുശേഷം അവനൊരു കളിപ്പാട്ടം തെരഞ്ഞെടുത്തു.

പിന്നെ കൂടെയുണ്ടായിരുന്ന ഭാര്യയെ ചൂണ്ടിക്കാട്ടി അയാൾ സെയിൽസ്മാനോട് പറഞ്ഞു:

'ഇതിനെ കൂടിയൊന്നു പൊതിഞ്ഞു തന്നേക്കൂ.'

രണ്ട് പ്ലാസ്റ്റിക് സഞ്ചികളുമായി കൊച്ചുമോനും അയാളും കടയുടെ പടിയിറങ്ങി.

മോചനം

അവൾ ചോദിച്ചു: എന്റെ കണ്ണുകൾ നീയെന്തു ചെയ്തു?

അയാൾ പറഞ്ഞു:'കുട്ടികൾക്ക് ഗോട്ടികളിക്കാൻ കൊടുത്തു'

'എന്റെ തലമുടിയോ?'

'സൂര്യരശ്മിയെ മറയ്ക്കാൻ ജാലകപ്പഴുതിൽ തൂക്കിയിട്ടു.'

'എന്റെ രക്തം?'

'അതുപയോഗിച്ചെഴുതിയ കവിതയ്ക്കാണെനിക്ക് പുരസ്കാരം.'

'എന്റെ ഹൃദയമോ?'

'ഓ! അതവിടെ മേശപ്പുറത്ത് കടലാസുകൾ പാറിപ്പോകാതിരിക്കാൻ അവയ്ക്ക് മീതെ വെച്ചിട്ടുണ്ട്.'

ഓരോന്നും തിരിച്ചുകിട്ടിയപ്പോൾ അവൾക്ക് ജീവൻവെച്ചു. പിന്നെ പരസ്യചിത്രത്തിലെപ്പോലെ അവൾ കൂട് പൊട്ടിച്ച് ആകാശത്തേക്ക് പറന്നു.

കിനാവുകളുടെ നിലവിളി

അറ്റുപോയ ഒരു കിനാവിന്റെ വള്ളിയിൽ അപ്പോഴും ഊഞ്ഞാലാടുകയായിരുന്നു. ഉണർന്ന് ഇത്തിരി നേരമായിട്ടും സൂര്യകിരണ

ങ്ങൾ വന്നു കണ്ണിൽക്കുത്തി വിളിച്ചിട്ടും അയാളെഴുന്നേറ്റില്ല.

അപ്പോഴാണ് വാതിലിൽ തുരുതുരാ മുട്ട്. അയാൾ വാതിൽ തുറന്നു. ക്ഷണിക്കുന്നതിനു മുമ്പു തന്നെ അയാൾ ആധികാരിക ഭാവത്തിൽ അകത്ത് കടന്നിരുന്നു. ഒരു ഫയൽപോലെ വലിപ്പമുള്ള ഒരു ഇലക്ട്രോണിക് ബോർഡ് കയ്യിലെടുത്തു. അവിടെയും ഇവിടെയും തൊട്ട് ഇടയ്ക്ക് ചിരിച്ചും ചിന്താധീനനായും അയാൾ കുറച്ച് നേരം മിണ്ടാതിരുന്നു.

ഇതെന്റെ വീടിന്റെ സ്വീകരണമുറിയാണെന്നും അയാളുടെ ഓഫീസു മുറിയല്ലെന്നും അയാൾ ഒരുവേള മറന്നു പോയിരിക്കും.

ഞാൻ ചോദ്യഭാവത്തിൽ അയാളെ നോക്കി.

ആ നോട്ടത്തിന്റെ അർഥം മനസ്സിലാക്കിയെന്നോണം അയാൾ ഒരു ബിൽ എന്റെ നേരെ നീട്ടി.

-ഇന്നലെ രാത്രി കണ്ട കിനാവിനുള്ള നികുതി. ഡോളറിലാണ്.

'ഇന്ന് ഏപ്രിൽ 16. ഇന്നലെ മുതൽ ഇതിന്റെ അവകാശം ഞങ്ങളുടെ കമ്പനിക്കാണ്.'

ഒളിച്ചുകളി

ദൂരെയെവിടെയോ മഴ പെയ്യുന്നു. നേരിയ തണുപ്പ് ഈ മുറിയിലേക്കും അരിച്ചുകയറുന്നതുപോലെ. അയാൾ കിളിവാതിൽ തുറന്നു. പുറത്ത് വൃക്ഷങ്ങൾ ഇളം കാറ്റിലാടുന്നു. പതുക്കെ അയാൾ കിളിവാതിലിന്റെ തിരശ്ശീല നീക്കിയിട്ടു. അകലെയെവിടെയോ ആണു മഴപെയ്യുന്നതെങ്കിലും അതിന്റെ ശബ്ദം അയാളുടെ കാതിൽ വന്നുവീഴും പോലെ. അയാൾ മഴയെപ്പറ്റിയോർത്തു. മേൽക്കൂരകളിൽ ചരൽക്കല്ലുകൾ വാരിയെറിയുന്ന മഴ. ആരും കാണാതെ നാണത്തോടെ എത്തുന്ന മഴ. ഇളം വെയിലിൽ മാനത്തിന്റെ മിഴിനീരായി ഇറ്റുവീഴുന്ന മഴനാരുകൾ. വലിയ കോലാഹലത്തോടെ വന്ന് പൊടുന്നനവെയൊടുങ്ങിപ്പോകുന്ന മഴ.

അയാൾക്കൊന്നും ചെയ്യാനുണ്ടായിരുന്നില്ല. മഴയുടെ കാലടി ശബ്ദത്തിനു കാതോർത്ത് അയാൾ തെല്ലുനേരം കിളിവാതിലിനടുത്തു നിന്നു. പിന്നെ തിരിച്ചുവന്ന് മേശപ്പുറത്ത് ഭംഗിയായി അടുക്കിവച്ച കവിതാപുസ്തകങ്ങളിൽനിന്നൊന്ന് തിരഞ്ഞെടുത്ത് കട്ടിലിന്റെ ഒര

റ്റത്ത് ചുമരിനോട് ചാരിക്കിടന്നു.

ഇപ്പോൾ മുനീർ നിയാസി അയാളുടെ മന സ്സിലെവിടെയോ തൊടുന്നു.

മതിലുകൾക്ക് മുകളിലും
മേൽക്കൂരകളിലും
ഇരുണ്ട വീടുകളുടെ കാട്ടിലും
മഴയായിരുന്നു....

അയാൾ കവിതാപുസ്തകം മേശപ്പുറത്ത് തന്നെ വച്ച് ചിന്തയി ലാണ്ടു. അപ്പോൾ മനസ്സിന്റെ വാതിൽ തള്ളിത്തുറന്ന് അനുമോൾ കയറിവന്നു.

പഴംകഥകളും പുരാണങ്ങളും പറഞ്ഞ് അനുമോളോടൊത്തു ള്ള നിമിഷങ്ങൾ അയാൾ കിനാവു കണ്ടു. പിന്നെ അയാൾ സ്മൃതി യുടെ നീലക്കയത്തിലേക്ക് മുങ്ങി.

തറവാട്ടിലെ നീണ്ട ഇടനാഴികളിലൂടെ മുത്തച്ഛന്റെ കൈപി ടിച്ചു നടക്കുന്ന ചിത്രം മനസ്സിൽ തെളിഞ്ഞു. മുത്തച്ഛന്റെ വിരലുക ളുടെ സ്പർശം അപ്പോഴയാളറിഞ്ഞു. അയാളിൽനിന്ന് കാലം ഊർന്നുവീഴവേ, അയാളൊരു നിക്കറിട്ട പയ്യനായി മാറി.

സ്കൂൾ വിട്ടുവന്ന ഉടനെ പുസ്തകങ്ങൾ വലിച്ചെറിഞ്ഞ് എന്തെങ്കിലും കഴിച്ച് പഴയങ്ങാടിക്കടവിലേക്ക് ഒരൊറ്റ ഓട്ടം. കൂട്ടു കാർ വഴിക്ക് കാത്തുനില്ക്കുന്നുണ്ടാവും.

തിമർത്താടിയ ബാല്യം ഈ സായംകാലത്തും മധുരമു ള്ളൊരു സ്മൃതിയായി അയാളുടെ മനസ്സിൽ.

ടെലിവിഷൻ സ്ക്രീനിലല്ലാതെ അനുമോൾ പുഴ കണ്ടിട്ടില്ല.

പുഴയോട് പുന്നാരം പറയാൻ പറ്റാത്ത ഒരു ബാല്യത്തെ യോർത്ത് അയാൾ വ്യഥയിലാണ്ടു.

ടൈംടേബിളിലാണ് അനുമോൾ ജീവിക്കുന്നത്.

കാലത്ത് അഞ്ചരയ്ക്ക് ടൈംപീസിന്റെ അലാറം അവളെയു ണർത്തുന്നു. പിന്നെ അരമണിക്കൂർ പ്രഭാതകൃത്യങ്ങൾക്ക്. ആറു മുതൽ സ്കൂൾ ബസ്സെത്തും വരെ ചത്ത അക്ഷരങ്ങൾക്ക് മുമ്പിൽ അവൾ....

പൂവൻകോഴിയുടെ കൂവലും പലതരം കിളികളുടെ പാട്ടും നീണ്ടുകിടക്കുന്ന നെൽപ്പാടങ്ങളും അയാളുടെ ഉള്ളിൽ.

കൊയ്ത്തു കഴിഞ്ഞ വയലുകളിലൂടെ ഓടിനടക്കുന്ന കുട്ടിക ളുടെ ചിത്രം.

'അനുമോളെ ഒന്നു ശ്വാസം വിടാൻ അനുവദിക്കൂ.' ഒരിക്കൽ

പറഞ്ഞതോർക്കുന്നു.

“പഴയ കാലം പോലെയല്ല അച്ഛാ ഇപ്പോൾ. ഇവിടെയിപ്പോൾ മത്സരത്തിന്റെ കാലമാണ്. ഇപ്പോ തന്നെ അവൾക്ക് കഴിഞ്ഞ എക്സാമിനു നാലാം റാങ്കേ കിട്ടിയിട്ടുള്ളു.

അനു പോകുന്നത് നോക്കി നില്ക്കാറുണ്ട്. പുറത്ത് തൂക്കിയിട്ട പുസ്തകങ്ങളുടെ ഭാരം.

“ഇപ്പോഴത്തെ കുട്ടികൾക്ക് ഡോക്ടർമാരോ എഞ്ചിനിയർമാരോ ആകാൻ കഴിയണമെന്നില്ല. ബട്ട് ഇൻ ഫ്യൂച്ചർ ദേ കേൻ ബി ഗുഡ് പോർട്ടേഴ്സ്” രാമസ്വാമി ഒരിക്കൽ തമാശയായി പറഞ്ഞതോർക്കുന്നു.

അനുമോൾ പോയി കുറച്ചു സമയം കഴിയുമ്പോഴേക്കും അവരും പോകുന്നു. ജോലിയുള്ള ഭാര്യാഭർത്താക്കന്മാർക്ക് സമയം ഒന്നിന്നും തികയുന്നില്ല.

തനിക്കാവട്ടെ സമയം വളരെ പതുക്കെ ഇഴഞ്ഞുനീങ്ങുന്ന ഒരു പെരുമ്പാമ്പാണ്.

വൈകുന്നേരം എല്ലാവരും എത്തുന്നതുവരെ പുസ്തകങ്ങൾ തന്നെ കൂട്ടുകാർ. പിന്നെ തനിയെ തന്നോടുതന്നെ സംസാരിക്കുന്നത് ഈയിടെ ശീലമായിരിക്കുന്നു.

മേശപ്പുറത്ത് ഫ്ളാസ്കിൽ ചായയുണ്ട്. ഊണും കറികളും പാത്രങ്ങളിൽ മൂടിവച്ചിട്ടുണ്ട്. വൈകുന്നേരം ആദ്യം തിരിച്ചെത്തുന്നത് മകനും ഭാര്യയും. മകന്റെ ഓഫീസുവിട്ടു കഴിഞ്ഞാൽ സ്കൂട്ടറിൽ അവളെയും കൂട്ടി നാലരയാകുമ്പോഴേക്കും അവരെത്തുന്നു. പിന്നെയും അരമണിക്കൂർ കഴിയും അനുമോളെത്താൻ.

അനുമോളെത്തുന്നതിന് അഞ്ചുമിനിട്ടു മുമ്പ് ഒരാൾ കൂടിയെത്തുന്നു. ട്യൂഷൻ മാസ്റ്റർ.

ഈശ്വരാ, തെരുവിലെ കുട്ടികളെക്കാളും കഷ്ടമാണ് ഇത്തിരി സാമ്പത്തികശേഷിയുള്ള കുടുംബത്തിലെ കുഞ്ഞിന്.

അയാളൊന്നും എതിർക്കാൻ നില്ക്കാറില്ല.

ഉറക്കത്തിൽ അയാൾ കിനാവു കാണുന്നു.

ഒരു പുഴയോരത്തുകൂടെ അയാളുടെ കൈപിടിച്ച് അനുമോൾ നടക്കുന്നു.

“അതേത് പക്ഷിയാ മുത്തച്ഛാ?”

“മരംകൊത്തി”

“ഈ മരമേതാണ്?”

“ഇലഞ്ഞി.”

അവർ ഇലഞ്ഞിയുടെ ചുവട്ടിലിരിക്കുന്നു. അനുമോൾ കാതുകൂർപ്പിച്ച് അയാളുടെ മടിയിൽ. അയാൾ കഥകളുടെ ചെപ്പുകൾ തുറക്കുന്നു.

പതുക്കെ; പുഴക്കരയിൽ സന്ധ്യ ചോര ച്ചാലു വിതറുന്നു. പിന്നെ ആഹ്ലാദത്തോടെ അവർ വീട്ടിലേക്ക് തിരിച്ചുവരുന്നു.

പിന്നെ വീട്ടിലെ മുറ്റത്തിരുന്ന് അയാൾ അവൾക്ക് നക്ഷത്രങ്ങളുടെ കഥ പറഞ്ഞുകൊടുക്കുന്നു.

അയാളുടെ മനസ്സിൽ കഥകളുറങ്ങി. 'എന്റെയും കഥകഴിയാറായി' അയാളോർത്തു.

മിനിഞ്ഞാന്ന് സ്കൂൾ മൂന്നു ദിവസത്തെ ഒഴിവിന് അടച്ചപ്പോൾ അയാൾ ഉള്ളിൽ ആഹ്ലാദിച്ചു.

പരോളിലെങ്കിലും ഇത്തിരി നേരം അനുമോളോട് സംസാരിച്ചിരിക്കാം.

മുമ്പൊരിക്കൽ സ്കൂളില്ലാത്ത ഒരു ദിവസം അനുമോൾക്ക് ഏതോ പുരാണകഥ പറഞ്ഞുകൊടുക്കുകയായിരുന്നു.

തീ പാറുന്ന കണ്ണുകളോടെ അവളുടെ അമ്മ ഒന്നു നോക്കി.

കുറച്ചു കഴിഞ്ഞു മകൻ വന്നു പറഞ്ഞു.

"അച്ഛാ അവൾ എൽ.എസ്.സ്കോളർഷിപ്പ് എക്സാമിനു പ്രിപ്പേയർ ചെയ്യുന്നുണ്ട്. ആ ഗൈഡ് എടുത്തു പഠിക്കട്ടെ."

പിന്നെ ഒരു പുച്ഛച്ചിരിയോടെ അവൻ കൂട്ടിച്ചേർത്തു. 'ഇപ്പോ പുരാണം! കാലം മാറിയില്ലേ അച്ഛാ?'

'കാലം മാറിയിട്ടില്ല, നമ്മളാണ് മാറിയത്!' അയാൾക്ക് പറയണമെന്ന് തോന്നി.

അനുമോൾ പേടിച്ചരണ്ട് പുസ്തകത്താളുകളിലേക്ക് മടങ്ങി.

അയാൾ ഏതോ ഒരു കവിതാപുസ്തകത്തിലായിരുന്നു.

'ഞങ്ങൾ മൂന്നു ദിവസത്തേക്ക് അമ്മയുടെ വീട്ടിലേക്ക് പോവ്വാ.'

പോകുമ്പോൾ അവളുടെ പഠനത്തിനു മുടക്കം വരാതിരിക്കാൻ പുസ്തകക്കെട്ടുകളും കൂടെക്കൊണ്ടുപോയിരുന്നു.

നാളെ വൈകുന്നേരം അവരെത്തും. തിരക്കും ബഹളവും നിറഞ്ഞ ലോകത്ത് താനൊരു അധികപ്പറ്റാണെന്ന് അയാൾക്ക് തോന്നി.

പലപ്പോഴും വൈകുന്നേരം ഭംഗിയുള്ള പാക്കറ്റിൽ ഫാസ്റ്റ് ഫുഡിൽ നിന്നും രാത്രിയിലേക്കുള്ള ഭക്ഷണവുമായാണ് മകനും

ഭാര്യയുമെത്തുക.

ഭക്ഷണം പാകം ചെയ്യുന്ന സമയം കൂടി 'അനുമോൾക്ക് രണ്ടക്ഷരം പറഞ്ഞു കൊടുക്കാലോ' എന്നാണവർ പറയുക.

ഭക്ഷണം കഴിച്ചു കഴിഞ്ഞു ഭംഗിയുള്ള പാക്കറ്റ് വലിച്ചെറിയുമ്പോൾ തോന്നാറുണ്ട്.

ഇതുപോലെതന്നെ ജീവിതവും. അയാൾ വീണ്ടുമോർത്തു.

നാളെ വൈകുന്നേരം വരെ ഇവിടെ തനിയെ.

കിടക്കയിൽ മലർന്നു കിടന്ന് അയാൾ ആനി ഡില്ലാർഡിന്റെ ഒരു കവിതയോർത്തു.

നീ താഴെ
വലിയ മുറിയിലേക്ക് പോവുക
എന്നിട്ടു
വാതിൽ തുറക്കുക
താഴെ വലിയ മുറിയിലേക്ക്
എന്നിട്ടു
ചെറിയൊരു വാതിൽ തുറക്കുക
താഴെ വലിയ മുറിയിൽ
കമ്പിപോലെ ചെറുതായ
ശൂന്യമായ
ഭിത്തിയിൽനിന്നും പറക്കുന്ന
അവസാനത്തെ വാതിൽ

അവസാനത്തെ വാതിലിനെക്കുറിച്ചോർത്ത് അയാളൂറിച്ചിരിച്ചു. ഒടുവിലതാ ഈ ഇരുണ്ട ഇടനാഴിയുടെ ഒടുവിലെത്തിയിരിക്കുന്നു. ഇനിയൊരുവാതിൽ കൂടി....

എത്രയെത്ര വാതിലുകൾ?

വീണ്ടുമയാൾ ഓർമ്മയുടെ നീലക്കയത്തിൽ സ്വയം നഷ്ടപ്പെട്ടു.

തറവാട്ടിലെ വലിയ പെട്ടികൾ

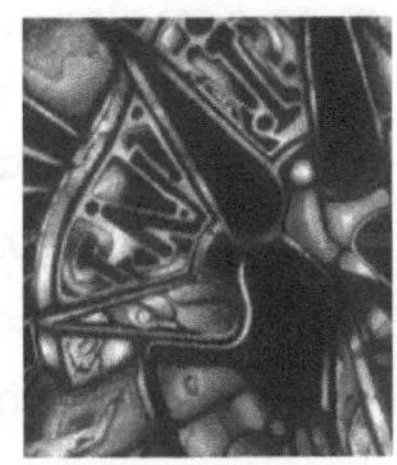

മുറ്റത്തിന്റെ പടിഞ്ഞാറു ഭാഗത്ത് വലിയ ഒരു ആനവാതിൽ....

വാതിൽപ്പടിയിൽ ഒരു കൊച്ചു പയ്യനിരിക്കുന്നു.

'ത്രിസന്ധ്യക്ക് ഉമ്മറപ്പടിയിലിരിക്കരുത് മോനെ.'

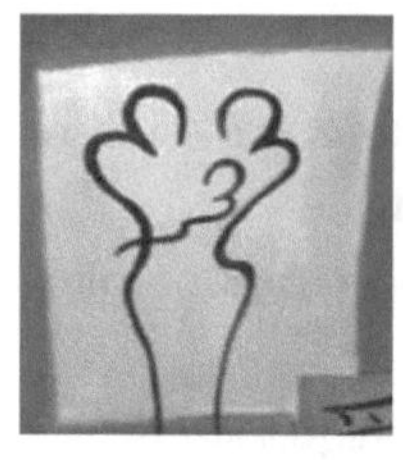

അതിനു മുമ്പ്....

അതിനു മുമ്പുള്ള ഓർമ്മകളിൽ മൂടൽമഞ്ഞ്. ഒടുവിലത്തെ വാതിലിനപ്പുറവും മൂടൽമഞ്ഞാകാം. ആദ്യം തുമ്പികളുടെ പിറകേ ഓടി നടക്കുക.

ഒടുവിൽ പളുങ്കുപോലെ ശുഭ്രമായൊഴുകുന്ന നദിക്കക്കരെ, നിഴലുകളില്ലാത്ത ജീവവൃക്ഷത്തിന്റെ ചുവടെ ഒരു തുമ്പിയായി പാറി നടക്കുക.

ഏതോ ഒരു മോഹത്തിന്റെ നക്ഷത്രം അയാൾക്ക് വഴികാട്ടി.

വളരെ പതുക്കെയെങ്കിലും ഉറച്ച കാൽവെപ്പുകളോടെ അയാൾ വീടിന്റെ പിൻവശത്ത് ചെന്ന് കൈക്കോട്ടെടുത്തു.

എവിടെനിന്നോ സംഭരിച്ച ശക്തിയോടെ അയാൾ ഒരു കുഴി തീർത്തു. നീണ്ട, അയാൾക്ക് കിടക്കാൻ പാകത്തിലുള്ള, ഒരു കുഴി.

ദാഹമോ ക്ഷീണമോ അയാളെ അലട്ടിയില്ല.

പിന്നെ അയാൾ കുളിച്ച് നല്ല വസ്ത്രങ്ങളണിഞ്ഞ് ആ കുഴിയിൽ മലർന്നു കിടന്നു.

സൂര്യൻ കരിമ്പടം പോലെ കറുത്തുവരുന്നു.

ഇനി അനുമോളും അവളുടെ അച്ഛനും അമ്മയും വരിക.

നിലവിളക്കും ഇടങ്ങഴിയിൽ അരിയും നെല്ലും ചന്ദനത്തിരിയും കൊണ്ടുവരിക.

മറ്റേതോ ലോകത്തുനിന്ന് ആരോ കൈകൊട്ടിച്ചിരിക്കുന്നുവല്ലോ.

'മുത്തച്ഛൻ ഒളിച്ചു കളിക്യാ.'

ആ കുട്ടിക്ക് അനുമോളുടെ ഛായയാണല്ലോ.

വാർത്ത

ടെലിപ്രിന്റർ ചവച്ചുതുപ്പുന്ന കടലാസ് മുറിച്ചെടുത്ത് ചത്ത അക്ഷരങ്ങളിലൂടെ കണ്ണോടിച്ചു. ഇല്ല, ഒരു നേതാവും വധിക്കപ്പെട്ടിട്ടില്ല. എവിടെയും വിമാനം മൂക്കുകുത്തിവീഴുകയോ തീവണ്ടി പാളം തെറ്റുകയോ ചെയ്തിട്ടില്ല.

ആവൂ, ആശ്വാസമായി. ഇനി ഒന്നാം പേജ് മാറ്റേണ്ടിവരില്ല.

അയാൾ കസേരയിൽ വന്നു മലർന്നുവീണു.

സമയം മൂന്നരയായിരിക്കുന്നു. നിത്യശീലംകൊണ്ട് ഉറക്കം

അയാളെ അലട്ടാറില്ല. ഇത്രയും കാലം കൊണ്ട് പകലുറങ്ങുകയും രാത്രി ഉണർന്നിരിക്കുകയും ചെയ്യുക എന്നത് ശീലമായിരിക്കുന്നു.

പേസ്റ്റഅപ് ആർട്ടിസ്റ്റുകൾ സിറ്റി പേജും ഒട്ടിച്ചു കഴിഞ്ഞ് ഉറങ്ങാൻ കിടന്നിട്ട് കുറേ നേരമായി.

അയാൾ ഒടുവിലത്തെ എഡിഷൻ മറിച്ചു നോക്കി. വീണ്ടും എന്തെങ്കിലും തെറ്റു വന്നിട്ടുണ്ടോയെന്നു സൂക്ഷ്മമമായി പരിശോധിച്ചു.

നാളത്തെ ഡസ്ക്മീറ്റിങ്ങ് മാത്രമായിരുന്നു അപ്പോൾ അയാളുടെ മനസ്സിൽ.

പെട്ടെന്ന് അയാളുടെ മുന്നിൽനിന്ന് ഫോൺ കരഞ്ഞു.

'സതീശൻ?'

പരിഭ്രമം കലർന്ന സ്വരം.

'സ്പീക്കിങ്ങ്' അയാൾ യാന്ത്രികമായി പറഞ്ഞു.

'ഇത് ഞാനാ റഫീഖ്. എടോ നമ്മുടെ ദിനേശൻ മരിച്ചു. ഇപ്പോൾ മെഡിക്കൽ കോളേജിൽനിന്നാണ് വിളിക്കുന്നത്!

'നിങ്ങൾ ബ്യൂറോയിൽ വിളിച്ചു പറ. അവിടെനിന്നിങ്ങോട്ട് വിളിക്കട്ടെ'

'എടോ സതീശാ ഇത് ഞാനാ റഫീഖ്. നിനക്ക് മനസ്സിലായില്ലേ? നമ്മളെ ദിനേശൻ....'

ഫോണിന്റെ മറ്റേയറ്റത്ത് ഗദ്ഗദം. അയാൾ നിർവികാരനായി പറഞ്ഞു.

'ചരമവാർത്തയല്ലേ? പെട്ടെന്നങ്ങനെ കൊടുക്കാനാവില്ല. അല്ലെങ്കിൽ ഞങ്ങളുടെ റിപ്പോർട്ടറോ ഏജന്റോ വിളിച്ചു പറയണം. ആ ഭാഗത്ത് ഹബീബുള്ളയാണ് റിപ്പോർട്ടർ'

'അല്ല നിനക്കെന്തുപറ്റി സതീശൻ? നമ്മുടെ ദിനേശൻ, അഞ്ചു വർഷം ഹോസ്റ്റലിൽ നിന്റെ റൂംമെയിറ്റ്.....'

കരച്ചിൽ കൊണ്ടു വാക്കുകൾ മുറിഞ്ഞു. പിന്നെ ഫോൺ ഒച്ചയോടെ വെയ്ക്കുന്ന സ്വരം.

അയാൾ കസേരയിൽ മലർന്നിരുന്ന് വീണ്ടും പത്രമെടുത്തു.

അതിൽ ഒന്നാം പേജിൽ വന്ന ഫോട്ടോ അൽപ്പം മങ്ങിയതിനെപ്പറ്റി ചിന്തിച്ചു.

പിന്നെ കണ്ണടച്ച് ഒരു മിനുട്ട് എന്തോ ആലോചിച്ചു. എന്നിട്ട് പതിഞ്ഞ സ്വരത്തിൽ തന്നോട് തന്നെ മന്ത്രിച്ചു.

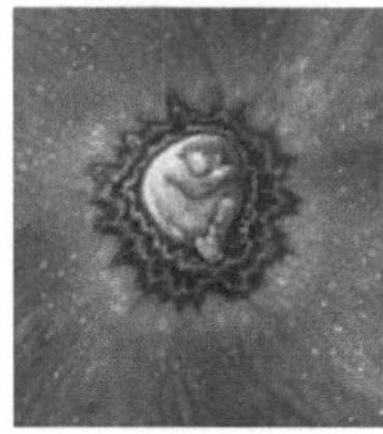

ഇരുളും വെളിച്ചവും

മഴപ്പാറ്റ മനുഷ്യനോട് പറഞ്ഞു:

'പ്രകാശത്തിന്റെ ജ്വാല തേടിയാണെന്റെ പ്രയാണം.

നീയോ? ഇരുട്ടിൽനിന്ന് വന്ന് ഇരുട്ടിലൂടെ
ഇരുട്ടിലേക്കാണ് പോകുന്നത്'

മനുഷ്യൻ മന്ദഹസിച്ചു. എന്നിട്ട് മഴപ്പാറ്റയോടോതി.

'ഒടുങ്ങാൻപോലും വെളിച്ചം തേടിയിറങ്ങിയ
നിന്നെ ഞാനതിനനുവദിക്കില്ല.'

അവൻ കൈകൾ ഞെരിച്ചു മഴപ്പാറ്റയെ വെളിച്ചത്തിൽ നിന്നും രക്ഷിച്ചു.

കിളിയും വേടനും

ഇത് നിങ്ങളുടെ പഴയ കിളി തന്നെ.
ചിറകുകളൊതുക്കി കഴുത്ത് നീട്ടിയിതാ ഇവിടെ. ഈ ചില്ലയിൽ
വേടാ, നിന്റെ മൂർച്ചയുള്ള ഒരമ്പെനിക്ക് നൽകുക.
സമസ്ത ദുഃഖങ്ങളിൽനിന്നും പറന്നകലാൻ ഒരമ്പ്.
വേടന്റെ നിയോഗം വേറൊന്ന്
ആദ്യം കെണിവെച്ച് കിളിയെപ്പിടിക്കുക.
പിന്നെ വേദിയിൽവെച്ച്, നിറഞ്ഞ ആൾക്കൂട്ടത്തിനു
മുന്നിൽ ആകാശത്തേക്ക് പറത്തുക.
ഇത് കിളി.
വേടന്റെ വിശപ്പടക്കാൻ ഒരു കിളി.
കവിയുടെ വിശപ്പടക്കാൻ ഒരു കിളി.
ആൾക്കൂട്ടത്തിന്റെ വിശപ്പടക്കാൻ ഒരു കിളി.
ഇത് പുതിയ കളി.

വാത്മീകി

അമ്പെയ്ത്തുമത്സരത്തിൽ, ഇണക്കുരുവികളിലൊന്നിനെ ലക്ഷ്യം തെറ്റാതെ കൊന്ന് താഴെ വീഴ്ത്തിയ വേടനു പൗരസ്വീകരണം.

കാട്ടാളനു പട്ടും വളയും നൽകാൻ വാത്മീകി തന്നെ വേണ

മെന്ന് സംഘാടകർ.

യാത്രപ്പടിവാങ്ങി വാത്മീകി ചിരിച്ചുകൊണ്ട് മൊഴിഞ്ഞു.

'കൂട്ടിക്കൊണ്ടു പോകാൻ എസികാർ തന്നെ അയക്കുക. പഴയതുപോലെ ദേഹത്തിന് നല്ല സുഖമില്ല'

കരുണ പെയ്യുന്ന മനസ്സ്

ദൂരെയെവിടെയോ ആർത്തലച്ചു മഴ പെയ്യുന്നു. നേരിയ തണുപ്പ് ഈ മുറിയിലേക്കും അരിച്ചുകയറുന്നത് പോലെ. അയാൾ കിളിവാതിൽ തുറന്നു. പുറത്ത് വൃക്ഷങ്ങൾ ഇളം കാറ്റിലാടുന്നു. പതുക്കെ അയാൾ കിളിവാതിലിന്റെ തിരശ്ശീല നീക്കിയിട്ടു. അകലെയെവിടെയോ ആണ് മഴ പെയ്യുന്നതെങ്കിലും അതിന്റെ ശബ്ദം അയാളുടെ കാതിൽ വന്നുവീഴുംപോലെ. അയാൾ മഴയെപ്പറ്റിയോർത്തു. മേൽക്കൂരകളിൽ ചരൽക്കല്ലുകൾ വാരിയെറിയുന്ന മഴ. ആരും കാണാതെ നാണത്തോടെയെത്തുന്ന മഴ. ഇളംവെയിലിൽ മാനത്തിന്റെ മിഴിനീരായി ഉറ്റിവീഴുന്ന മഴനാരുകൾ. വലിയ കോലാഹലത്തോടെ വന്ന് പൊടുന്നനവെയൊടുങ്ങിപ്പോകുന്ന മഴ.

മഴയുടെ കാലടിശബ്ദത്തിന് അയാൾ കാതോർത്തു.

ഇപ്പോൾ ചിന്തിക്കാൻ രസമുണ്ട്. ജാലകത്തിനരികിലെ കട്ടിലിലിരുന്ന് അയാളോർത്തു. എന്നും ഏതോ അജ്ഞാതന്റെ കാലടിയൊച്ചക്കായി അയാൾ കാതോർത്തിരിക്കാറുണ്ടായിരുന്നല്ലോ. കടപ്പുറത്ത് പാറക്കല്ലിൽ സ്വയം തലയടിച്ചു ചിതറുന്ന തിരകളെപ്പോലും അയാൾ അത്ഭുതത്തോടെ നോക്കി നിന്നിട്ടുണ്ടായിരുന്നു.

അയാൾ തലയണയിൽ ചാരിക്കിടന്നു. ചിന്തയിലാണ്ടു. പെട്ടെന്ന് കിളിവാതിലിന്റെ തിരശ്ശീലയിളകുന്നതയാളുടെ ശ്രദ്ധയിൽ പെട്ടു. എന്തുകൊണ്ടോ ഫെയ്സ് അഹമ്മദ് ഫെയ്സിന്റെ വരികൾ അയാളുടെ ഓർമ്മയിലെത്തി.

ചോരയുടെ മണമോ
അല്ലെങ്കിൽ കാമുകിയുടെ ചുണ്ടുകളുടെ
സുഗന്ധമോ?

മന്ദമാരുതൻ ഇന്ന്
എനിക്കായി എന്താണ് കൊണ്ടുവരിക
എന്നു ഞാൻ ആശ്ചര്യപ്പെടുന്നു.
പൂന്തോട്ടത്തിൽ വസന്തം

കടന്നു വന്നോ?

അതോ തടവറയിൽ പുതിയ വിരുന്നുകാരെത്തിയോ?

എവിടെനിന്നാണിന്ന്

പാട്ടിന്റെ ഈണം കടന്നുവരിക?

ഒരു പാട്ടിന്റെ ഈണത്തിനായി അയാൾ കാതോർത്തു.

പാട്ടും കവിതയും എന്നും അയാളുടെ ലഹരിയായിരുന്നല്ലോ.

അപ്പോൾ അയാളുടെ ഓർമ്മയിൽ ഒരു കുഞ്ഞുണ്ണിക്കവിതയുമായി അനുമോൾ ഓടിയെത്തുന്ന ചിത്രം തെളിയുന്നു.

കഴിഞ്ഞതത്രയും അയാൾ വെറുതേ ഒന്നുകൂടി ഓർത്തു.

വരാന്തയിൽ നിന്നിപ്പുറമുള്ള വാതിൽപ്പടിയിൽ കാലെടുത്തുവെച്ചപ്പോഴാണ് നേരിയ നെഞ്ചുവേദന തോന്നിയത്. പിന്നെ പടിപടിയായി വേദന കൂടിവന്നു. ഭാരമുള്ള ആയിരം ചാക്കുകൾ അയാളുടെ നെഞ്ചിലാരോ കേറ്റിവച്ചതുപോലെ.

ഡോക്ടറെത്തുമ്പോഴേക്കും വേദന കുറഞ്ഞിരുന്നു. പരിശോധനയ്ക്കു ശേഷം നേരിയ ചിരിയോടെ ഡോക്ടർ പറഞ്ഞു, ‘പേടിക്കാനൊന്നുമില്ല.’

ഡോക്ടർമാരുടെ നിർദ്ദേശപ്രകാരംതന്നെ പിറ്റേന്ന് ഇസിജിയും രക്തപരിശോധനയും.

ഒരു വികാരവും കൂടാതെയാണയാൾ ഡോക്ടറുടെ വാക്കുകൾ കേട്ടത്. വിലക്കുകളുടെയും അരുതുകളുടെയും നടുവിൽ പെട്ടപ്പോൾ അയാൾക്ക് താനൊരു കുഞ്ഞാണെന്ന് തോന്നി.

വീട്ടിലുള്ളവരത്രയും നിർബന്ധിച്ചിട്ടും അയാൾ മുകളിലുള്ള സ്വന്തം മുറിയിലേക്ക് പോകണമെന്നു ശഠിച്ചു. അപ്പോൾ ശാഠ്യം പിടിച്ച ഒരു കുഞ്ഞായി മാറി അയാൾ.

പതുക്കെ മുകളിലേക്ക് കോണിപ്പടികൾ കയറവേ പിന്നിൽ നേരിയ തേങ്ങലിന്റെ സ്വരം.

‘ഈശ്വരാ’ വീട്ടുകാരി കണ്ണീരൊപ്പി. മുകളിലെത്തി പതുക്കെ ജനൽപ്പാളി തുറന്നു. ചെടികൾക്കരികിൽ നിറയെ മുല്ല പൂത്തിരിക്കുന്നു. അയാളുടെ തലയിലും നിറയെ മുല്ലപൂത്തിരുന്നു.

‘മുത്തച്ഛാ നിങ്ങളെ തലയെന്താ ഇങ്ങനെ വെളുത്തിരിക്ക്ണ്.’

‘നിന്റെ മനസ്സും.’

കുഞ്ഞിനൊന്നും മനസ്സിലായില്ല. അയാളോർമ്മയിൽ മുഴുകി. കോണിപ്പടികൾ ശബ്ദിച്ചപ്പോൾ അയാൾ കുഞ്ഞിനെയായിരുന്നു

പ്രതീക്ഷിച്ചത്. പക്ഷേ മുറിയിൽ കയറിവന്നത് മകനായിരുന്നു. അവൻ അയാൾക്ക് കഴിക്കാനുള്ള ഗുളികകളെടുത്തു.

ഗുളികകൾ വിഴുങ്ങി വെള്ളം കുടിച്ചതിനു ശേഷം അയാൾ അനുമോൾ എവിടെയെന്നു ചോദിച്ചു.

'ഇങ്ങോട്ട് വരുന്നത് ഞാൻ വിലക്കിയതാ. അച്ഛനെ ശല്യം ചെയ്യേണ്ടെന്നും പറഞ്ഞു.' മകൻ തിരിച്ചു പോയി.

അയാൾ അറപ്പോടെയോർത്തു. ചുറ്റും വിലക്കുകൾ. വിലക്കുകളുടെ മതിലുകൾ.

ഇപ്പോൾ ജാലകങ്ങൾക്കപ്പുറം തൊടിയിൽ സൂര്യൻ ചോരച്ചാലുകൾ വിതറുന്നത് അയാളറിഞ്ഞു.

സന്ധ്യ എന്നും അയാളുടെ മോഹിപ്പിക്കുന്ന ലഹരിയായിരുന്നു.

എന്തുകൊണ്ടോ ഉദയം അയാളെ അത്രയേറെ ആകർഷിച്ചിരുന്നില്ല.

കടലിൽ സൂര്യൻമുങ്ങിമരിക്കുന്നതും നോക്കി എല്ലാം മറന്നു നിന്നുപോവുന്ന ചിത്രം മനസ്സിൽ തെളിയുന്നു.

തുടുത്ത സന്ധ്യ. പിന്നെ സന്ധ്യയുടെ കവിളിൽ നേരിയ ഇരുൾ അരിച്ചുകയറുന്നത്.

ഓർമ്മവെച്ച നാൾ മുതലേ അയാളുടെ വൈകുന്നേരങ്ങൾ കടൽക്കരയിൽ അവസാനിക്കുന്നു. ആർത്തലച്ചു വരുന്ന തിരകളെ നോക്കി അയാളിരിക്കുന്നു. കടലിന്റെ ഇരമ്പം കാതിൽ നിറയുന്നു. പകൽ രാവിനു വഴിമാറിക്കൊടുക്കുന്ന ആ ഇടവേളയിൽ എല്ലാം മറന്ന്, തന്നെത്തന്നെ മറന്ന് അയാൾ മറയുന്ന സൂര്യനെയും നോക്കിയിരിക്കുന്നു.

പിന്നെ നേരിയ ഇരുളിൽ അയാൾ മടക്കയാത്ര ആരംഭിക്കുന്നു.

ഇപ്പോൾ വൈകുന്നേരത്തെ പതിവു നടത്തവും നിരോധിച്ചിരിക്കുന്നു.

അയാൾക്ക് ചിരിവന്നു.

മേശപ്പുറത്തുനിന്ന് അയാൾക്കിഷ്ടപ്പെട്ട ഒരു കവിതാപുസ്തകമെടുത്തു.

'എന്റെ വ്യഥയിലേക്ക്
വാതിൽ തുറക്കുന്നു;
എന്നിട്ടവർ വരുന്നു, എന്റെ അതിഥികൾ.
നിരാശയുടെ ഒരു പരവതാനി വിരിക്കാൻ
അവിടെ അവളുണ്ട്; സന്ധ്യ'

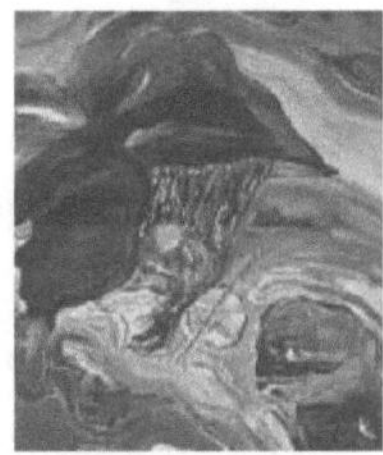

അയാൾ കവിതയിൽ ലയിച്ചു പരിസരം മറന്നിരിക്കേ അയാൾക്ക് പിന്നിലൊരു പൊട്ടിച്ചിരി.

അനുമോൾ.

ആരും കാണാതെ അയാളുടെ ആഹ്ലാദങ്ങളിലേക്ക് വാതിൽ തുറന്ന് ആ നാലുവയസ്സുകാരിയെത്തി. അയാൾ കവിതാ പുസ്തകം മേശപ്പുറത്തേക്കെറിഞ്ഞു. അവളെ വാരിയെടുത്തു.

'മുത്തച്ഛനു സുഖംല്ലേ'

'അതെ' അയാൾ പറഞ്ഞു.

'പിന്നെ എന്നോട് എന്തേ എല്ലാരും മുത്തച്ഛന്റടുത്തു വരണ്ടാന്ന് പറേന്ന്' കുട്ടി ചോദിച്ചു.

'അവർക്കൊന്നും ഒന്നും അറീല്ല.' അയാൾ മൊഴിഞ്ഞു.

അനുമോൾ ആരെയോ ഭയപ്പെടുന്നതുപോലെ പതുക്കെ ചോദിച്ചു.

'നമ്മള് കളിക്യാ'

അയാൾ കയ്യും കാലും കുത്തി മെത്തയിൽ ആനയായി നിന്നുകൊടുത്തു. കൊച്ചുമോൾ ആനപ്പുറത്ത് കയറിപ്പറഞ്ഞു:

'ഇടത്താനേ...വലത്താനേ'

അയാൾ എല്ലാം മറന്ന് അവൾക്കനുസരിച്ച് ഇടത്തോട്ടും വലത്തോട്ടും ആടി.

ജാലകപ്പാളിയിലൂടെ നേരിയ കാറ്റും ഇരുട്ടും അരിച്ചുകയറുന്നത് അയാളറിഞ്ഞു.

പുറത്ത് നേരിയ ചാറ്റൽമഴ പെയ്യുന്നുണ്ട്.

നേരിയ വരകളായി പെയ്തിറങ്ങുന്ന മഴ. ഇപ്പോൾ മാനത്തുനിന്ന് ഉറ്റിവീഴുന്നത് ആഹ്ലാദത്തിന്റെ മിഴിനീരാണ്.

ജാലകപ്പാളികളടച്ച് അകത്ത് കരുണപെയ്യുന്ന മനസ്സുമായി അയാളിരുന്നപ്പോഴോർത്തു.

ഇപ്പോൾ വേദനയുടെ കുരുവിക്കുഞ്ഞുങ്ങൾ ചിറകടിക്കുന്നത് തന്റെ നെഞ്ചിൽ നിന്നല്ല.

കോഴിക്കോട്

ഷെൽവിയുടെ പുസ്തകശാലയിൽ ചെന്നപ്പോൾ അയ്യപ്പനിരിക്കുന്നു.

"സുധീഷും രാമനുണ്ണിയും വന്നിരിക്കുന്നു. അളകാപുരിയിൽ ചെല്ലാൻ പറഞ്ഞു" കബീർ പറഞ്ഞു.

ഞാൻ അയ്യപ്പനോട് പറഞ്ഞു.

'ഞാനിപ്പോ വരാം അയ്യപ്പാ'

'നീ വരില്ല, എനിക്കറിയാം'

അയ്യപ്പന്റെ വാക്കുകളിൽ കറുപ്പ്.

അളകാപുരിയിൽ പുസ്തകപ്രകാശനച്ചടങ്ങ്. ഞാൻ അയ്യപ്പന വിടെയിരിക്കുന്ന കാര്യം പറഞ്ഞു.

ഷെൽവി പറഞ്ഞു. 'അയ്യപ്പനവിടെ ഉണ്ടാകില്ല. രാംദാസ് വൈദ്യരുടെ അടുത്ത് പോകുന്നെന്ന് പറഞ്ഞു പോയതാണ്'

ചടങ്ങു കഴിഞ്ഞ് ഞങ്ങൾ പുറത്തിറങ്ങും നേരം മുന്നിൽ അയ്യപ്പൻ.

ഞങ്ങളെ അത്ഭുതപ്പെടുത്തിക്കൊണ്ട് അയ്യപ്പന്റെ കയ്യിൽ ഒരാ ട്ടിൻ കുഞ്ഞ്.

"അല്ല. ഇതെന്താ അയ്യപ്പാ?"

ഞങ്ങൾ അത്ഭുതംകൊണ്ടു.

അയ്യപ്പൻ ആ കൊല്ലുന്ന ചിരി ചിരിച്ചു.

എന്നിട്ട് കീശയിൽനിന്ന് വലിയ ഓരോ അരയാൽമരങ്ങളെ ടുത്തു ഞങ്ങൾക്ക് തന്നു.

മൂന്നാമതൊരാൾ

യാത്രക്കാരൻ:

ഇതെന്തൊരു ടാക്സി ഡ്രൈവറാണപ്പാ, ഇവനോട് ഞാൻ മണ്ണൂരിലേക്ക് പോകണമെന്നു പറഞ്ഞു ടാക്സിയിൽ കേറിയതല്ലേ? അപ്പോഴതാ പിൻസീറ്റിൽ അങ്ങേ അറ്റത്ത് ഒരു കള്ളനെപ്പോലെ ഒരാൾ പതുങ്ങിയിരിക്കുന്നു.

ഇവനെവിടേക്കാണെന്ന് ചോദിച്ചപ്പം ടാക്സി ഡ്രൈവറുടെ ആ നോട്ടം കണ്ടില്ലേ? അല്ല നമ്മള് ടാക്സി വിളിക്യാ, എന്നിട്ട് സ്പെഷൽ വിളിച്ചു പോവുമ്പോ നമ്മളറിയാതെ ഒരാൾ നമ്മുടെ സീറ്റിൽ അടുത്തിരിക്യാ. വണ്ടി നിർത്താനായിരുന്നു പറയേണ്ടത്. ഇനിയിപ്പം എന്തു ചെയ്യാനാ. എന്തെങ്കിലും കടു പ്പിച്ചു പറഞ്ഞാൽ മതി, യൂണിയനായി,സമരമായി. വല്ലാത്തൊരു കാലമിത്.

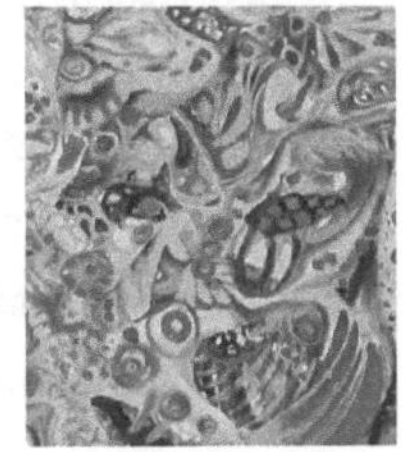

ടാക്സി ഡ്രൈവർ:

ഒരുപാട് യാത്രക്കാരെ വണ്ടിയിൽ കൊണ്ടു പോയി വിട്ടിട്ടുണ്ട്. ഇതുപോലൊരു പൊല്ലാപ്പിൽ പെടുന്നത് ആദ്യമാ. നോക്ക് ഇപ്പോത്തന്നെ ഈ

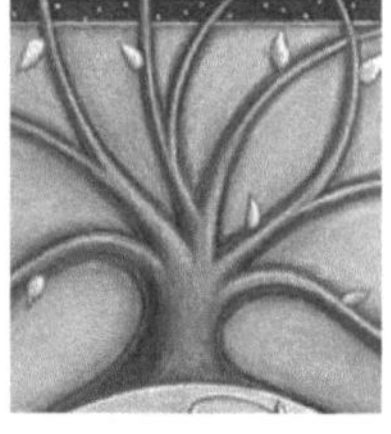

യാത്രക്കാരൻ എന്തൊക്കെയാണ് വിളിച്ചു പറയുന്നത്!

വേറൊരു യാത്രക്കാരൻകൂടി അയാളുടെ അടുത്ത് ഇരിക്യാത്രെ. മഷിയിട്ടു നോക്കിയിട്ടും വണ്ടിയിൽ ഈ യാത്രക്കാരനല്ലാതെ ഒരു പൂച്ച പോലും ഇല്ല. എന്തൊരു തോന്ന്യാസാ ഇത്. വെറുതെ പൊല്ലാപ്പ് ഉണ്ടാക്കാ. വട്ട് കേസാന്നാ തോന്ന്ണത്. ഏതായാലും ചാർജ് പറഞ്ഞു കേറ്റിപ്പോയില്ലേ? മണ്ണൂരിൽ ഒന്ന് എത്തിക്കിട്ട്യാ മതിയായിരുന്നു.

മൂന്നാമതൊരാൾ:

ഇതാണ് സാക്ഷാൽ രസം. യാത്രക്കാരന് വളരെ അടുത്തിരിക്കുന്നതായി തോന്നുക. ഡ്രൈവറുടെ ദൃഷ്ടിയിൽ ഒരിക്കലും പെടാതിരിക്കുക. ഈ ഒരു സിദ്ധി ഒരായിരം ജന്മം തപസ്സിരുന്നാലും ഇവർക്കൊക്കെ ലഭിക്കുമോ? ഏത് പൂട്ടിയിട്ട മുറിയിലും ഒരു മേഘത്തുണ്ടുപോലെ ഒഴുകിയെത്തുക. നെറ്റിയിൽ തലോടലായി, പെയ്തിറങ്ങുക. പിന്നെ....

ഒരുവിധം ഡ്രൈവർ ടാക്സി അയാളുടെ വീടിനു മുമ്പിലെത്തിച്ചു. പ്രധാനനിരത്ത് കഴിഞ്ഞു.

യാത്രക്കാരൻതന്നെയായിരുന്നു, ഇടത്തോട്ട് വലത്തോട്ട് എന്നിങ്ങനെ വഴി പറഞ്ഞുകൊണ്ടിരുന്നത്.

ഒരു വലിയ ചില്ലുകൊട്ടാരത്തിന്റെ മുമ്പിൽ വണ്ടി പതുക്കെ നിന്നു. ഡ്രൈവർ പതുക്കെയിറങ്ങി പിൻവാതിൽ തുറന്നുപിടിച്ചങ്ങനെ കുറേ നേരം നിന്നു.

ഇത്തവണ ഡ്രൈവറാണ് അത്ഭുതപ്പെട്ടത്.

വണ്ടിയിൽനിന്ന് ആരും ഇറങ്ങാനുണ്ടായിരുന്നില്ല.

ആരും.

നക്ഷത്രപ്പൂക്കൾ

പുറത്തെ സൂര്യവെളിച്ചം കതകുകളുടെ വിടവുകളിലൂടെ മുറിയിലെത്തിയിട്ടും അയാൾ പുറത്തേക്കുള്ള വാതിൽ തുറന്നില്ല. ഉണർന്നിട്ട് ഒരു മണിക്കൂറെങ്കിലുമായിക്കാണും.

പിന്നെ അയാൾ മനസ്സിൽ തിരുത്തി.

ഉണരണമെങ്കിൽ ഉറങ്ങിയിട്ടുവേണ്ടേ?

ഭയാശങ്കകളുടെ ഒരായിരം ഞെരിഞ്ഞിൽക്കാടുകൾ മുറി

വേൽപ്പിച്ച മനസ്സ്.

എങ്ങോ പറന്നുപോയ ഒരു പക്ഷിയായിരുന്നു അയാളെ സംബന്ധിച്ചിടത്തോളം ഉറക്കം.

അടച്ചിട്ട വാതിൽപ്പാളിയിൽ എന്തോ തട്ടിയതുപോലെ വളരെ ചെറിയൊരു ഒച്ചകേട്ട് അയാൾ ഞെട്ടി. പത്രക്കാരൻ അന്നത്തെ പത്രം വലിച്ചെറിഞ്ഞ ശബ്ദമാണെന്ന് പെട്ടെന്നുതന്നെ അയാൾ തിരിച്ചറിഞ്ഞു.

ഇപ്പോൾ പുറത്ത് പത്രത്തിൽനിന്ന് ചോരയിറ്റുന്നുണ്ടാവാം.

അയാൾ ഫെയ്സ് അഹമ്മദ് ഫെയ്സിന്റെ വരികളോർത്തു.

ചോരയുടെ മണമോ
അല്ലെങ്കിൽ
കാമുകിയുടെ ചുണ്ടുകളുടെ
സുഗന്ധമോ?
മന്ദമാരുതൻ ഇന്ന്
എനിക്കായി എന്താണ് കൊണ്ടുവരിക?

ഒരു നിമിഷം അയാൾ വാതിലിനടുത്തേക്ക് നടന്നു.

വാതിൽ തുറക്കണോ?

നിരത്തിൽ തലയില്ലാത്ത ഒരു ശവം.

ചോരയിറ്റുന്ന ഒരു കത്തിയുമായി അമ്പു വിട്ടതുപോലെ ഓടുന്ന ഒരാൾ.

ഈശ്വരാ, ഒന്നും കാണാനുള്ള കരുത്തില്ല.

അയാൾ തിരിച്ചുവന്ന് സോഫയിൽത്തന്നെയിരുന്നു.

പെട്ടെന്ന് അയാളുടെ കൊച്ചു മകൾ മുറിയിൽ നിന്നിറങ്ങിവന്ന് അയാളുടെ മടിയിലിരുന്നു.

പിന്നെ കൊഞ്ചിക്കൊണ്ട് മൊഴിഞ്ഞു.

'വാതിൽ തുറക്കച്ഛാ?'

അടുക്കളവാതിൽപ്പടിയിൽനിന്ന് കുഞ്ഞിന്റെ അമ്മ ചുട്ടുപൊള്ളുന്ന ഒരു നോട്ടം കുഞ്ഞിനു നേരെയെറിഞ്ഞു.

കുഞ്ഞ് അമ്മയുടെ ചുട്ട നോട്ടത്തിനു നേരെ മുഖംതിരിച്ച് മടിയിൽനിന്നിറങ്ങി അയാളുടെ കൈപിടിച്ചു വലിച്ചു.

വാതിൽപ്പുറത്തെ ശവഗന്ധത്തെപ്പറ്റി കുഞ്ഞിനോടെന്തു പറയാൻ?

മടിച്ചാണെങ്കിലും ഒടുവിലയാൾ വാതിൽ

തുറന്നു.

ദൂരെ നിരത്തിലൂടെ പട്ടാളവണ്ടികൾ നിര നിരയായി നീങ്ങുന്നു.

കൊച്ചുമോൾ അയാളെ പിടിച്ചുവലിച്ച് മുറ്റത്തേക്ക് കുഞ്ഞിളംവിരൽ ചൂണ്ടി.

അയാൾ നോക്കി.

മുല്ല പൂത്തിരിക്കുന്നു.

അയാൾ മനസ്സിൽ പറഞ്ഞു.

കുഞ്ഞേ നിൻ ചിരി മുറ്റത്തും.

വെറുതെ അയാൾ ആകാശത്തേക്ക് നോക്കി.

പിന്നെ കുഞ്ഞിനെ അടക്കിപ്പിടിച്ചു, അയാൾ ആകാശത്തേക്ക് വിരൽ ചൂണ്ടി.

ആകാശത്തിന്റെ കോണിൽ അപ്പോഴും കെട്ടുപോകാത്ത ഒരു നക്ഷത്രപ്പൂവ്.

കലാപത്തിന്റെ ചോരപ്പാടുകൾ അയാൾ ഒരു നിമിഷം മറന്നു.

അയാൾ പതുക്കെ മൂളി.

–കുഞ്ഞേ, നിൻ ചിരി മാനത്തും.

വാക്ക്

കഥയെഴുതുന്നതിനിടയിൽ ഉചിതമായ ഒരു വാക്കിനായി കവി ഏറെ ചിന്തിച്ചു.

ഒരു വാക്കിനായി മൗനം പുതച്ച് തപസ്സാരംഭിച്ചു.

ഉചിതമായ ഒരു വാക്ക്.

പകലിരവുകൾ അയാളെ കടന്നുപോയി.

അങ്ങനെ ഉറക്കം അയാളെ കൈവെടിഞ്ഞ ഒരു രാവിൽ അയാളുടെ എഴുത്തുകടലാസിൽ ആകാശത്തുനിന്ന് ഒരു നക്ഷത്രം അടർന്നു വീണു.

ഭക്ഷണക്രമം

പ്രാതലിനിത്തിരിയാസിഡ്
ഉച്ചയ്ക്കൊരു ബോംബുരുള
രാത്രിയാർഡിയെക്സ് ചേർത്തു
കാച്ചിക്കുറുക്കിയ ചോര

തൗബയുടെ വാതിലുകൾ

അസ്റാഈലെന്ന മലക്ക് ഏത് നേരവും ഈ മുറിയിൽ കയറി വരാം. ആരും കാണാതെ, ഒരു കാലടിയൊച്ചപോലും കേൾപ്പിക്കാതെ.

പെരുവിരലിൽനിന്നാണ് മൗത്തിനെ പിടിക്കാൻ തുടങ്ങുക. പിന്നെ പതുക്കെ അരയ്ക്ക് മുകളിലൂടെ മേലോട്ട്. ഒടുവിൽ തൊണ്ടക്കുഴിയിലെത്തുന്നു. അവിടെ അവസാനം.

പിന്നെ പള്ളിപ്പറമ്പിലെ ആറടി മണ്ണിൽ. ആദ്യം ഖബർ ഒരു ഇറുക്ക് ഇറുക്കും. ഭൂമിയിൽ എന്റെ മേലെ അഹങ്കാരത്തോടെ നടന്ന നീയിതാ ഇപ്പോഴിവിടെ. പൊള്ളിക്കുന്ന ചോദ്യങ്ങളെറിയുന്നു. മുൻകറിന്റെയും നകീറിന്റെയും വലിയ ദണ്ഡുകൾ ഉയരുന്നു.

-അടികൊണ്ടു പുളഞ്ഞവനെപ്പോലെ അയാൾ വേദനിച്ചു നിലവിളിച്ചു.

'എന്തുപറ്റി?' ഭാര്യയും മക്കളും മുറിയിലേക്കോടിയെത്തി.

അയാൾ കരയുകയായിരുന്നു. ചുക്കിച്ചുളിഞ്ഞ കവിൾത്തടത്തിലൂടെ കണ്ണീര് ചാലിട്ടൊഴുകുന്നു. അവർ പരസ്പരം നോക്കി നിന്നു കുറച്ചു നേരം. പിന്നെ അയാളെ തനിയെ വിട്ട് ഓരോരുത്തരായി മുറിവിട്ടിറങ്ങി പോയി.

****

മുറിയിൽ തനിയെയിരുന്നപ്പോൾ അവൾ കയറിവന്നു.

അയാൾ ഞെട്ടിത്തെറിച്ചു.

പതിവുപോലെ അയാൾ തമാശ പറയാൻ നിന്നില്ല. ഗൗരവം പുതച്ച അയാളുടെ മുന്നിൽ അവളുടെ ചിരി വറ്റി.

അവർക്ക് മുന്നിൽ മൗനം കനത്തു. നിശ്ശബ്ദതയിൽ ഒരു കുഞ്ഞിന്റെ കരച്ചിൽ.

അയാൾക്ക് നേരെയുയരുന്ന ഒരായിരം ചൂണ്ടുവിരലുകൾ.

അയാൾ വിയർത്തു.

'നമുക്ക് കടൽക്കരയിലേക്ക് നടക്കാം'

കിനാവുകൾ പെറുക്കിക്കൂട്ടിയെടുത്ത് അവൾ അയാൾക്ക് പിന്നാലെ നടന്നു.

നടത്തത്തിനിടയിൽ വേലിപ്പുറത്ത് തൂങ്ങി

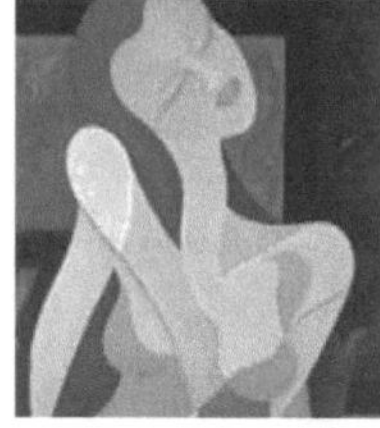

നിന്ന ഒരു പൂവ് പറിച്ചെടുത്തു. അതിന്റെ ഇതളുകൾ മൃദുലതയോടെ അയാൾ പറിച്ചു നിലത്തേക്കിട്ടു.

അവൾ സ്വപ്നങ്ങൾകൊണ്ട് ഒരു കൊട്ടാരം കെട്ടിപ്പൊക്കുകയായിരുന്നു. കൊട്ടാരത്തിലെ ഒരു മുറിയിൽ ആടുന്ന തൊട്ടിലിൽ കിടന്ന് അവരുടെ കുഞ്ഞ് പല്ലില്ലാത്ത മോണ കാട്ടി ചിരിച്ചു. അവളുടെ ഉള്ളിൽ ആഹ്ലാദത്തിന്റെ പാൽപ്പത നുരഞ്ഞുപൊന്തുന്നത് അയാളറിഞ്ഞു.

'ഇങ്ങോട്ട് അടുത്തിരിക്കൂ' അയാൾ അവളോടു പറഞ്ഞു. അയാളുടെ കണ്ണുകളിൽ നോക്കിയിരിക്കേ അയാളൊരു അപരിചിതനായി മാറുന്നത് കണ്ട് അവൾ ഞെട്ടി.

അവൾ കുറച്ചുകൂടി അകന്നിരിക്കാനാണിഷ്ടപ്പെട്ടത്.

സൂര്യവെളിച്ചം ഏതോ ഒരു പാറപ്പൊത്തിൽ ഉൾവലിയുന്ന ആ നിമിഷം രണ്ടു കരങ്ങൾ അവൾക്ക് നേരെ നീണ്ടുവരുന്നത് അവൾ നിസ്സഹായതയോടെ നോക്കിനിന്നു.

സൂര്യൻ ഇരുളായും ചന്ദ്രൻ രക്തമായും മാറിപ്പോകുന്നു.

കടൽക്കരയിൽനിന്ന് തനിയെ തിരിച്ചുപോകുമ്പോൾ അയാൾ കിതയ്ക്കുന്നുണ്ടായിരുന്നു.

-കിതച്ചുകിതച്ചു അയാൾ ചുമച്ചു. ചുമച്ചു തളർന്ന് ഒരു വശത്ത് കുഴഞ്ഞുവീഴുമെന്നായപ്പോൾ സ്നേഹത്തിന്റെ രണ്ടു കരങ്ങൾ അയാളെ താങ്ങി.

'ഡോക്ടറെ ഒന്നുകൂടി വിളിക്കട്ടെ.'

ഭാര്യയുടെ സ്വരം അയാൾ തിരിച്ചറിഞ്ഞു.

*****

പരിശോധന കഴിഞ്ഞു പുറത്തിറങ്ങിയ ഡോക്ടർ അയാളുടെ മകനെ വിളിച്ചു പറഞ്ഞു.

'ശരീരത്തിന്റെ രോഗത്തേക്കാളേറെ അപകടകരമാണ് മനസ്സിന്റെ നില'

സമർഥമായി ഒളിപ്പിച്ചുവെച്ച അയാളുടെ മനസ്സിന്റെ നീറ്റൽ ഡോക്ടർ എങ്ങനെയോ കണ്ടെത്തി.

ഭാര്യയും മക്കളും സ്നേഹത്താൽ പൊതിഞ്ഞു നൽകിയ ഭക്ഷണവും മരുന്നുകളും അയാൾ കഴിക്കാൻ കൂട്ടാക്കിയില്ല.

അയാളീ ലോകത്തായിരുന്നില്ല.

നാളെ മഹ്ശറയെന്ന വൻസഭയിൽ ഒരുമിച്ചു കൂട്ടപ്പെടുന്ന ദിനം അയാളുടെ ബോധത്തിൽ.

സൂര്യൻ ചാൺ അകലെ തലയ്ക്ക് മുകളിൽ നിന്ന് കത്തുന്നു.

അവിടെ ഭാര്യാഭർത്താക്കന്മാരോ മാതാപിതാക്കളോ ആരും അപരന്റെ കാര്യത്തിൽ ശ്രദ്ധിക്കുന്നില്ല.

'യാ നഫ്സീ യാ നഫ്സീ' എന്നുച്ചരിച്ച് കർമ്മപുസ്തകം തുറക്കപ്പെടുന്നതും കാത്ത് ഓരോരുത്തരും ഊഴമിട്ടിരിക്കുന്നു.

റബ്ബുൽ ആലമീനായ തമ്പുരാനേ എനിക്കെതിരെ ആരൊക്കെയാണ് സാക്ഷി പറയുക!

ഇരുണ്ട ഒരു സന്ധ്യയും ഒരു കടൽക്കരയും അയാളുടെ സ്മൃതിയിലൂടെ കടന്നുപോയി.

അയാളുടെ ഉള്ളിൽ ഖേദത്തിന്റെ ഒരു കടലിരമ്പി.

ഏഴു കടലുകൾ കുടിച്ചുവറ്റിക്കാനുള്ള ദാഹവുമായി അകം നൊന്ത് അയാൾ പ്രാർഥിച്ചു.

എനിക്ക് പൊറുത്തു തരൂ.

തൗബയുടെ വാതിലുകൾ എനിക്കായി തുറന്നുതരൂ.

****

തൗബയുടെ വാതിലുകൾ ദൈവം ആർക്കുനേരെയും കൊട്ടിയടയ്ക്കുന്നില്ല.

അയാൾ ചെറുപ്പത്തിൽ കേട്ട കഥയോർത്തു.

അടുത്തടുത്ത് രണ്ടു വീടുകൾ. ഒന്നിൽ നിസ്കാരവും ഭയഭക്തിയുമായി കഴിഞ്ഞ ഒരു സ്ത്രീ. മറ്റേ വീട്ടിൽ പാപത്തിന്റെ ഒരു ദാസി. അടുത്ത വീട്ടിൽ ഇരുളിന്റെ നിഴലനങ്ങുന്നു. ഭക്ത ഞെട്ടിത്തെറിക്കുന്നു. അടുത്ത വീട്ടിൽ ഒരാൾ കേറിച്ചെല്ലുമ്പോൾ ഭക്ത മുറ്റത്തുനിന്ന് കല്ലുകൾ പെറുക്കിയെടുത്ത് അകത്ത് വെയ്ക്കുന്നു. അടുത്ത വീട്ടിലെ പാപത്തിന്റെ കല്ലുകൾ പെരുകിയത് ഭക്തയുടെ മുറിയിൽ.

ഒടുവിൽ വിധിദിനത്തിൽ പാപം ചെയ്തവൾ സ്വർഗ്ഗത്തിലെത്തുന്നു. പ്രായശ്ചിത്തത്തിൽ എല്ലാം പൊറുക്കപ്പെട്ട് അവൾ സ്വർഗ്ഗത്തിന്റെ അവകാശിയായിത്തീരുന്നു. പാപത്തിന്റെ കണക്കെടുക്കാൻ കല്ലുകളെടുത്തുവെച്ചവോൾ നരക

ത്തിനു വിറകായിത്തീരുന്നു.

അപ്പോൾ റബ്ബേ, പാപത്തിന്റെ കാരമുള്ളിലൂടെ ഊർന്നിറങ്ങിയവനും ചിലപ്പോൾ നീ പൊറുത്തുകൊടുക്കാറുണ്ടല്ലോ.

അകംനൊന്ത് അയാൾ പാപമോചനത്തിനായ് പ്രാർഥിച്ചു.

അന്ന് രാത്രി അയാൾ സ്വാസ്ഥ്യത്തോടെ ഉറങ്ങി.

*****

ഉറക്കത്തിൽ ഒരു തൂവൽ സ്പർശത്തിന്റെ മൃദുലത അയാൾ തിരിച്ചറിഞ്ഞു.

കാൽവിരൽത്തുമ്പിൽ തരിപ്പനുഭവപ്പെട്ടു. പിന്നെ മൃദുവായി ആരോ തലോടുന്നതുപോലെ.

അയാൾക്ക് കണ്ണു തുറന്നു നോക്കണമെന്നുണ്ട്. കഴിയുന്നില്ല.

ചോരച്ചാലു വിതറിയ സന്ധ്യയുടെ നിറമുള്ള സാരിയണിഞ്ഞ് അവളെത്തിയോ? തിരമാല പൊട്ടിച്ചിതറുംപോലെയുള്ള ചിരി കാതിൽ വന്നലയ്ക്കുന്നുവോ?

-അതാ വെളിച്ചത്തിന്റ വാരിയെല്ലുകൾകൊണ്ടുതീർത്ത ഒരു കൊട്ടാരത്തിലേക്ക് അയാൾ കടന്നുപോകുന്നു.

തൗബയുടെ വാതിലുകൾ അയാൾക്കായി തുറക്കപ്പെടുന്ന ശബ്ദം.

-എന്തോ ശബ്ദം കേട്ട് ഓടിയെത്തിയ ഭാര്യയും മക്കളും അലമുറയിട്ട് കരയുന്നതിനിടയിൽ അയാളുടെ ചുണ്ടിൽ വറ്റിത്തീരുന്ന ചിരി ആരും കണ്ടില്ല.

ചിറകടിയൊച്ച

“സ്വാതന്ത്ര്യത്തെക്കുറിച്ച് നിനക്കെന്തറിയാം?' അയാൾ കത്തുന്ന കണ്ണുകളോടെ എന്നോട് ചോദിച്ചു.

ഞാനൊന്നും മിണ്ടിയില്ല.

ഇടിമുഴക്കം പോലുള്ള വാക്കുകൾ വീണ്ടുമെന്റെ കാതിൽ.

'സ്വാതന്ത്ര്യം നാടുകടത്തലാണ്. ഞാൻ സ്വതന്ത്രനായിരി

ക്കാൻ ശപിക്കപ്പെട്ടിരിക്കുന്നു എന്നാണ് സാർത്ര് പറഞ്ഞത്'

'സ്വയംനിർണ്ണയാവകാശവും യുക്തിബോധവുമാണ് സ്വാതന്ത്ര്യമെന്ന് കാന്റ്''

അയാൾ തുടർന്നു:

'ആവശ്യത്തിന്റെ അംഗീകാരത്തെയാണ് മാർക്സ് സ്വാതന്ത്ര്യമെന്ന് കരുതിയത്'

ഞാനേറെ ബഹുമാനത്തോടെ അയാളെ നോക്കി.

പൊടുന്നനവെ ഞാൻ അത്ഭുതപ്പെട്ടു.

അയാളുടെ കൈകളിലും കാലുകളിലും ചങ്ങല.

യന്ത്രം

പുതിയ വീട്ടിലേക്ക് താമസം മാറ്റാനയാൾ ഒരു ലോറി നിറയെ സാമഗ്രികളുമായായാണെത്തിയത്.

'ഇത് അലക്കുയന്ത്രം'

വാഷിംഗ്മെഷീൻ വീടിന്റെ ഒരു മൂലയിൽ അയാൾ ഇറക്കി വെപ്പിച്ചു.

'ഇത് ഫ്രിഡ്ജ്'

സ്വീകരണമുറിയുടെ ഒരറ്റത്ത് എല്ലാവരും കാണുന്ന ഒരു ഭാഗത്തുതന്നെ വലിയ ഫ്രിഡ്ജും കൊണ്ടുവന്നു വെപ്പിച്ചു.

അവസാനം അയാൾ ലോറിയിൽ നിന്നിറക്കിയത് ഒരു പെണ്ണിനെ.

ജോലിക്കാരോട് അയാൾ പറഞ്ഞു:

'അടുക്കളയുടെ ഒരു മൂലയിൽ കേടുകൂടാതെ കൊണ്ടുവെയ്ക്കുക.'

പാചകം ചെയ്യുകയും പാത്രങ്ങൾ കഴുകുകയും ചെയ്യുന്ന പുതിയ യന്ത്രത്തെ അവർ കരുതലോടെ കേടുകൂടാതെ അടുക്കളയുടെ ഒരു മൂലയിൽ കൊണ്ടുവെച്ചു.

കൂട്

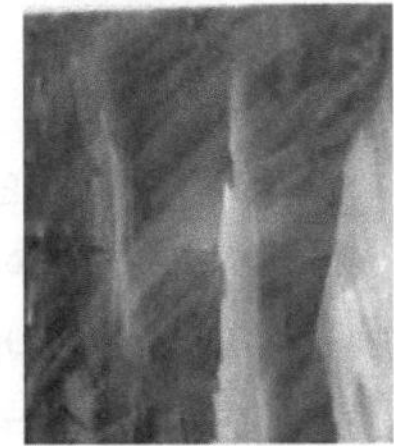

കല്യാണത്തിനുശേഷം അയാളുണ്ടാക്കിയ മനോഹരമായ വീട്ടിലേക്ക് അവളെ കൂട്ടിക്കൊണ്ടുപോയി.

'വലതുകാൽ വെച്ചു പ്രവേശിക്കൂ.'

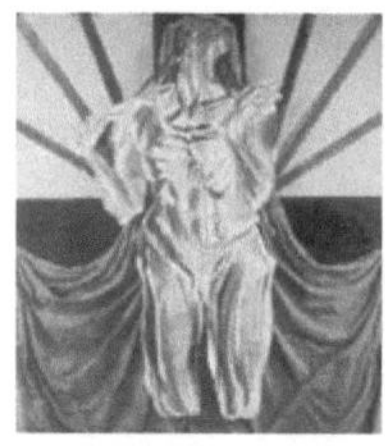

വാതിൽപ്പടിയിൽനിന്ന് അയാൾ പറഞ്ഞു.

അവരകത്ത് കടന്നു.

എല്ലാ ആധുനികസജ്ജീകരണങ്ങളുമുള്ള വീട്.

വാഷിംഗ്മെഷീൻ.

ഫ്രിഡ്ജ്.

ടി.വി.....

പിന്നെ സ്വീകരണമുറിയിലെ മൂലയിൽ തൂക്കിയിട്ട വലിയ തത്തക്കൂട് കണ്ട് അവളമ്പരന്നു.

തത്തയില്ലാത്ത കൂടു ചൂണ്ടി അവൾ ചോദിച്ചു.

'ഇതെന്താ?'

അതിനു മറുപടിയായി അയാളോതി.

'വലതുചിറക് വിടർത്തി പ്രവേശിക്കൂ'

പിന്നെ അവളെന്തെങ്കിലും ഉരിയാടും മുമ്പ് അവളെ കൂട്ടിലാക്കി അയാൾ തത്തക്കൂട് താഴിട്ട് പൂട്ടി.

സന്ദേശം

ഉറക്കത്തിന്റെ മയക്കത്തിലേക്ക് അയാൾ വഴുതിവീണ ഒരു രാവ്-.

ടെലിഫോൺ നിർത്താതെ കരയുന്നു.

ഉറക്കച്ചടവോടെ അയാൾ റിസീവർ കയ്യിലെടുത്തു. ഫോണിന്റെ അങ്ങേയറ്റത്തുനിന്ന് അയാൾക്ക് പരിചിതമായ സ്വന്തം സ്വരം.

'എന്റെ സ്വന്തം മരണവാർത്ത നിങ്ങളെ അറിയിക്കുന്നു. അതായത് നിങ്ങളുടെ സ്വന്തം മരണവാർത്ത.'

ടെലിഫോണിൽ സ്വന്തം സ്വരം കേട്ട് അയാൾ ഞെട്ടിയില്ല.

കാരണം ഞെട്ടാൻ അയാൾ ബാക്കിയുണ്ടായിരുന്നില്ലല്ലോ.

നേര്

കണ്ണാടി കളവു പറയുന്നു.

ഇടത് വലതാണെന്നും വലത് ഇടതാണെന്നും പറഞ്ഞ്

നമ്മെ കബളിപ്പിക്കുന്നു.

ഇവിടെ ഇടതും വലതും മാറിപ്പോയാൽ പിന്നെ ജീവിക്കുന്ന

തെന്തിന്?

അതുകാണ്ട്

ഞാൻ കണ്ണാടി എറിഞ്ഞുടയ്ക്കാൻ തുനിയുന്നു.

ആവുന്നില്ല.

ഉടഞ്ഞ ചില്ലുകളേറ്റ് ആരുടെയെങ്കിലും മനസ്സ് മുറിഞ്ഞാലോ.

അതുകൊണ്ട്,

ഞാനെന്നെത്തന്നെ എറിഞ്ഞുടയ്ക്കുന്നു.

പക്ഷേ,

ചുരുങ്ങിയത് ഒരു ഏറുപടക്കമെങ്കിലുമാകാതെ

ഞാൻ എന്നെത്തന്നെ എറിഞ്ഞുടയ്ക്കുന്നത് കൊണ്ടെന്തു ഫലം?

കഥയുടെ ബാക്കി

കഥ ഇതുവരെ–

നഗരത്തിലെ 'സിംഹ'ത്തിന്റെ കൊച്ചുമോന് പ്രച്ഛന്നവേഷ മത്സരത്തിൽ സംസ്ഥാനതലത്തിൽ ഒന്നാം സ്ഥാനം.

–ഭ്രാന്തൻ നാരായണന്റെ വേഷം ഭംഗിയായവതരിപ്പിച്ചതിനാണ് ട്രോഫി ലഭിച്ചത്.

'സിംഹ'ത്തിന്റെ ബംഗ്ലാവിൽ വിരുന്ന്. വേണ്ടപ്പെട്ടവരും സുഹൃത്തുക്കളും ഡൈനിംഗ് ഹാളിലെ വലിയ മേശമേൽ രാജകീയമായി നിരത്തിവെച്ച കോഴി തട്ടിവിഴുങ്ങി കലപിലാ വർത്തമാനം പറയുന്നു.

ഇടയ്ക്ക് അതിഥികളിൽ ചിലർ 'സിംഹ'ത്തിന്റെ കൊച്ചുമോന് നേരെ കൈനീട്ടുന്നു.

ഇംഗ്ലീഷിൽ അഭിനന്ദിക്കുന്നു. ആരൊക്കെയോ ഇംഗ്ലീഷിൽ ചിരിക്കുകയും ഇംഗ്ലീഷിൽ കരയുകയും ചെയ്യുന്നു.

ഗ്ലാസുകൾ നിറയുകയും കാലിയാവുകയും ചെയ്യുന്നു.

കഥയുടെ ബാക്കി–

ആരോ കോളിംഗ്ബെല്ലിൽ അമർത്തി കൈവച്ചതിനാൽ അകത്തേ ശബ്ദം നിലയ്ക്കുന്നു.

ഇത് കോളിംഗ് ബെല്ലിന്റെ കരച്ചിൽ.

അതിഥികളിലാരോ പോയി വാതിൽ തുറക്കുന്നു.

തികച്ചും പ്രാകൃതനായ ഒരു മനുഷ്യൻ മുഷിഞ്ഞ വേഷത്തിൽ അകത്തേക്ക്.

ദൈവമേ, ഇത് ഭ്രാന്തൻ നാരായണനാണല്ലോ.

'സിംഹ'ത്തിന്റെ കൊച്ചുമോൻ നേരത്തെ നടത്തിയ വേഷ പ്രച്ഛന്നമത്സരം ഒന്നുകൂടി അഭിനയിക്കുകയാവുമെന്നാണ് അതിഥികളിൽ ചിലരെങ്കിലും നിനച്ചത്.

-നഗരത്തിലെ 'സിംഹ'ത്തിന് ഇങ്ങനെയും ചില തമാശകളുണ്ട്.

പക്ഷേ, അത് അസ്സൽ ഭ്രാന്തൻ നാരായണൻതന്നെയായിരുന്നു.

അയാൾ ബംഗ്ലാവിൽ ആരെയും കണ്ടില്ല.

ഒരു ശബ്ദവും കേട്ടില്ല.

നേരെ കൂസലില്ലാതെ കടന്നു വന്നു. ഷോകെയ്സിനു മീതെ വെച്ച പ്രച്ഛന്നമത്സരത്തിന് ഒന്നാം സമ്മാനം കിട്ടിയ ട്രോഫി കൈയിലെടുത്തു നടന്നു മറഞ്ഞു.

പ്രത്യാശ

അവൾ പറഞ്ഞു:
തല നിറയെ മുല്ലപ്പൂക്കൾ വിരിഞ്ഞല്ലോ.
സാരല്യാട്ടോ. ഞാൻ ചായം തേച്ച് തരാം.
കവിളൊട്ടി കണ്ണുകളുന്തി പേക്കോലമായിപ്പോയല്ലോ.
സാരല്യാട്ടോ ഞാൻ തടിപ്പിച്ചു തരാം.
നിനച്ചിരിക്കാതെ ഇത്ര പെട്ടെന്ന് കണ്ണുകളടഞ്ഞുപോയല്ലോ.
സാരല്യാട്ടോ ഞാൻ ജീവിപ്പിച്ചു തരാം.

കോഴിക്കുഞ്ഞും പരുന്തും

കോഴിക്കുഞ്ഞു പറഞ്ഞു:

'വിരിയുമ്പോൾ പൊട്ടിപ്പോകുന്ന മുട്ടത്തോടിനെക്കുറിച്ച് എന്നോട് ചോദിക്കരുത്.'

പരുന്തു പറഞ്ഞു:

'വിശക്കുമ്പോൾ റാഞ്ചിയെടുക്കുന്ന കോഴിക്കുഞ്ഞിനെക്കുറിച്ച് എന്നോട് ചോദിക്കരുത്'

ഒരു വർത്തമാനകാല കഥ

ഏറെ കാലത്തിനുശേഷം ഒരു കഥയെഴുതാനുള്ള തയ്യാറെടുപ്പിലായിരുന്നു അയാൾ.

ഒരു പ്രണയകഥയുടെ തുടക്കത്തിലെ വരികൾ കടലാസിൽ പകർത്താനുള്ള തിടുക്കത്തിൽ അയാൾ പേന കയ്യിലെടുത്തു.

പൊടുന്നനവെ അയാളുടെ മുറിയുടെ വാതിലുകൾ ചവുട്ടിത്തുറന്ന് യുവാവും യുവതിയും മുറിയിലെത്തി.

'നിർത്തെടാ നിന്റെ പ്രണയകഥ' അവർ അലറി.

'നിന്റെ കഥാപാത്രങ്ങളായി കടൽക്കരയിൽ അലഞ്ഞുനടക്കാനുള്ള കാലമല്ലിത്.'

കഥാകൃത്ത് ചിന്തയിലാണ്ടു.

'യു ബ്ളഡി' കഴുത്തിലാരോ കയറിപ്പിടിച്ചു. അയാൾ നോക്കി. താടിവെച്ച ഒരു ചെറുപ്പക്കാരൻ.

'മതിയെടാ നിന്റെ ദാർശനികകഥ. ഇരുണ്ട മാളത്തിൽനിന്ന് ഇഴഞ്ഞെത്തുന്ന മരണത്തിന് കാൽ നീട്ടിക്കൊടുക്കാൻ എനിക്ക് മനസ്സില്ല.'

അവർ മൂവരും അയാൾക്ക് നേരെ വിരൽ ചൂണ്ടി.

നോക്കിയപ്പോൾ അയാളുടെ അരികിലെരിയുന്നത് ചിതാഗ്നി.

'ചിതാഗ്നിക്കരികെ തീ കാഞ്ഞിരിക്കുന്ന നിനക്കിനി കണ്ണുകൾ വേണ്ട'

അയാളുടെ മുറിയുടെ കിളിവാതിൽ അവർ തള്ളിത്തുറന്നു. പുറത്തുനിന്ന് വരുന്ന കാറ്റിന് ശവഗന്ധമാണെന്ന് അപ്പോളയാളറിഞ്ഞു.

'നിന്റെ മൂക്ക് കൊണ്ട് ഒരു കാര്യവുമില്ല.'

അവരയാളുടെ മൂക്ക് ചെത്തിയെടുത്തു.

ഒരത്ഭുതം പോലെ നീലരക്തം മുറിയിൽ ഉറ്റിവീണു.

ദൂരെനിന്ന് അച്ഛൻ നഷ്ടപ്പെട്ട ഒരു കുഞ്ഞിന്റെ കരച്ചിൽ.

'നിന്റെ കാതുകൾ കൊണ്ട് കാര്യമില്ല' അവരയാളുടെ കാതിൽ ഈയം ഉരുക്കി പാർന്നു.

എന്നിട്ട് അവർ അയാളെയെടുത്ത് കുപ്പത്തൊട്ടിയിലേക്കെറിഞ്ഞു.

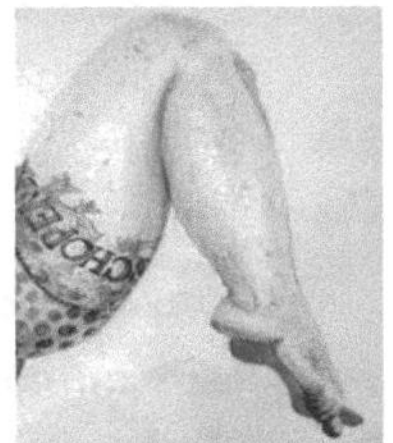

ജന്മനക്ഷത്രം

അയാളെഴുതിയ പുതിയ കഥ അവൾക്ക് കൊടുത്തു.

'രാധേ ഒരു പുതിയ കഥ'

അയാളുടെ കഥയുടെ ആദ്യ വായനക്കാരി എന്നും അവളായിരുന്നു. അവൾ വായിക്കാൻ തുടങ്ങും നേരം അയാൾ കഥ പിടിച്ചുവാങ്ങി. അവൾ കടലാസും രണ്ടു ചെവികളും അയാൾക്ക് നൽകി.

അയാൾ വായിച്ചുതുടങ്ങി.

വേടൻ പറഞ്ഞുതുടങ്ങി.

പഴയ കാലവും പണിയായുധവും ഞാൻ മറന്നിരുന്നു. കാട് ആരുടെയൊക്കെയോ മനസ്സിൽ മാത്രമായവശേഷിച്ചപ്പോൾ ഞാൻ നാട്ടിലേക്ക് മടങ്ങി.

പുതുതായി പണിത വീട്ടിലെ പഠനമുറിയിലിരുന്ന് ഞാൻ കവിത കുത്തിക്കുറിക്കുകയായിരുന്നു.

മേശപ്പുറത്തെ കുപ്പിയിൽ എന്റെ കരൾച്ചോരതന്നെയായിരുന്നു. കാട്ടിൽനിന്ന് കൊണ്ടുവന്ന തൂവലിന്റെ ഒരറ്റം കരൾച്ചോരയിൽ മുക്കി ഞാൻ എഴുതുകയായിരുന്നു.

പൊടുന്നനവെ ഒരു കാലൊച്ച കേട്ട് ഞാൻ തിരിഞ്ഞുനോക്കി.

എന്റെ മുന്നിൽ വലിയ ജുബ്ബയുമായി ഒരാൾ.

അയാൾ പറഞ്ഞു.

'വേടാ, നാളെ സ്വാതന്ത്ര്യദിനം. എനിക്ക് നാളെ വേദിയിൽ നിന്ന് ആകാശത്തേക്ക് പറത്താൻ കുറേ കിളികളെ വേണം. ഇതാ അമ്പും വില്ലും. മുറിവുണക്കാൻ മരുന്നും.'

ഞാനൊന്നും പറഞ്ഞില്ല.

അയാൾ നടന്നു നീങ്ങവെ ലക്ഷ്യസ്ഥാനത്തെത്തിയ അമ്പിന്റെ ആഹ്ലാദം.

അയാളുടെ ജുബ്ബ ചോരയിൽ കുതിർന്നിരുന്നു.

ഇപ്പോൾ ഞാനറിയുന്നു:

'പുതിയ ഒരു കവിയാവുന്നതിനേക്കാൾ എത്ര ഭേദമാണ് ഒരു പഴയ വേടനാവുകയെന്നത്'

അവൾ ചിരിച്ചുകൊണ്ടു മൊഴിഞ്ഞു.

'കഥ നന്നായിട്ടുണ്ട്.'

അയാളുടെ സ്മൃതിയിൽ നിർത്താതെ മഴപെയ്യുന്ന ഒരു സന്ധ്യ.

നനഞ്ഞ ഒരോർമ്മ മനസ്സിന്റെ ചുട്ടുപൊള്ളുന്ന ഇടങ്ങളിലെവിടെയോ ഇപ്പോഴും മങ്ങാതെ–

അയാൾ മുകളിലേക്ക് പടികൾ കയറി. മേശമേൽ തലേദിവസം രാത്രി കൊണ്ടുവെച്ച സമ്മാനപ്പൊതിയെടുത്ത് അവൾക്ക് നൽകി.

തീജ്വാലയുടെ വർണ്ണമുള്ള ഒരു സാരി.

അതിലവൾ ആളിക്കത്തി.

അവൾ പറഞ്ഞു:

'ഒരു പഴയ വേടനാവുകയെന്നതിനേക്കാൾ എത്ര ഭേദമാണ് പുതിയൊരു കാമുകനാവുകയെന്നത്.'

അയാൾ തിരുത്തി: 'പുതിയൊരു ഭ്രാന്തനാവുകയെന്നത്.'

മുറിയിൽ ചിരിയുടെ അലകൾ പെയ്തുകൊണ്ടേയിരുന്നു.

ചിരിയൊടുങ്ങി കണ്ണിൽ വെള്ളം നിറച്ച് അവൾ മൊഴിഞ്ഞു:

'എന്നാലും കണ്ണന് കൃത്യമായി ഓർക്കാനായല്ലോ എന്റെ ജന്മദിനം'

കഥകളുറങ്ങുന്ന മനസ്സുമായി എത്ര മഴക്കാലങ്ങൾ–

പെയ്തു തീരുന്ന ഓരോ മഴക്കാലവും അനന്തതയിലേക്കുള്ള അവളുടെ ഓരോ കാലടിപ്പാടുകളായിരുന്നു.

ഒരിക്കൽ അവൾക്ക് സമ്മാനിച്ച ആഭരണപ്പെട്ടിയുടെ ഒരു വശത്ത് പറക്കുന്ന ഒരു കുതിരയുടെ മിനിയേച്ചർ പെയിന്റിംഗ്. അതിന്റെ രണ്ടു കാലുകൾ പൊള്ളുന്ന ഭൂമിയിൽ. മറ്റേ രണ്ടു കാലുകൾ ആകാശത്തിലൊഴുകി നടക്കുന്ന പഞ്ഞിക്കെട്ടിൽ.

ഫ്രം ഹിയർ റ്റു ഇറ്റേണിറ്റി.

(ഇവിടെനിന്ന് അനന്തതയിലേക്ക്)

അയാൾ പതുക്കെ പറഞ്ഞു.

'ഫ്രം ഹിയർ റ്റു ഇറ്റേണിറ്റി'

'എന്താണ് സർ?' ആ വലിയ കടയിലെ സെയിൽസ് മേൻ ചോദിച്ചു.

'ഒന്നൂല്ല്യ' അയാൾ പറഞ്ഞു.

അയാളുടെ കണ്ണുകൾ നല്ലൊരു സമ്മാനം കണ്ടെത്താനായി തിരയുകയായിരുന്നു.

തീജ്വാലയുടെ നിറമുള്ള സാരി.

സ്വർണ്ണമോതിരം.

ചന്ദനം കൊണ്ട് തീർത്ത ആഭരണപ്പെട്ടി. കഴിഞ്ഞുപോയ അവളുടെ ജന്മദിനങ്ങളിൽ അയാൾ സ്വയം നഷ്ടപ്പെട്ടു.

ഇത്തവണ അയാൾ തെരഞ്ഞെടുത്തത് മനോഹരമായ ഒരു മുത്തുമാല.

ഈ ജന്മദിനത്തിൽ നക്ഷത്രംകൊണ്ട് കൊരുത്ത ഒരു മാല നീയണിയുക. എന്നിട്ട് എന്നരികിലിരുന്ന് കഥകൾ കേൾക്കുക.

-രാധേ നിനക്കായിതാ ജന്മദിനസമ്മാനം.

അയാൾ പതിവിലും ആഹ്ലാദവാനായിരുന്നു.

പുറത്ത് ഏതോ സ്മൃതിപോലെ മഴനാര്. ഇപ്പോൾ അയാളുടെ കണ്ണിൽ ആഹ്ലാദത്തിന്റെ മിഴിനീർ.

അയാൾ മുത്തുമാലയണിഞ്ഞ അവളെ മനസ്സിൽ ദർശിച്ചു.

അവളോട് പറയണം.

രാധേ നീയറിയോ ഞാൻ ആകാശത്തുനിന്ന് പെറുക്കിയെടുത്ത നക്ഷത്രങ്ങളാണീ മണികൾ.

അപ്പോൾ അവളുടെ ഉള്ളിൽ കെടാതെ നിൽക്കുന്ന ആഹ്ലാദത്തിന്റെ സൂര്യൻ.

ഇന്ന് ഓഫീസിൽനിന്ന് നേരത്തെയിറങ്ങിയത് തന്നെ രാധയ്ക്ക് ജന്മദിനസമ്മാനം വാങ്ങാനായിരുന്നു.

രാധയുടെ എല്ലാ ജന്മദിനങ്ങളിലും ഏറെ ആഹ്ലാദവാനാകുന്ന അയാളെ സഹപ്രവർത്തകർ കളിയാക്കാറുള്ളതോർത്തു.

ഇത്തവണ രാധയുടെ ജന്മദിനമാണെന്നറിയിച്ചിട്ടും അവരാരും ആഹ്ലാദത്തിന്റെ ഒരു വാക്കും മൊഴിഞ്ഞില്ലല്ലോ എന്നോർത്തപ്പോൾ അയാൾ കണക്കുകൂട്ടി:

അസൂയയായിരിക്കും.

അയാൾ സ്റ്റോപ്പിൽ ബസ്സിറങ്ങി കയ്യിൽ പൊതിയുമായി ധൃതിയിൽ വീട്ടിലേക്ക് നടന്നു.

രാധ ഇപ്പോൾ എന്തു ചെയ്യുകയാവും?

അയാൾ വെറുതെ നിനച്ചു.

പതുക്കെ അയാൾ വീടിന്റെ ഗെയിറ്റു കടന്നു. അകത്ത് കടക്കും നേരം കയ്യിലെ പൊതി നോക്കി അയാളുടെ അമ്മ വേദനയോടെ ചിരിച്ചു.

അയാൾ പറഞ്ഞു: അമ്മേ നോക്ക് ഇത്തവണ രാധയ്ക്ക് ഞാൻ വാങ്ങിയ ജന്മദിനസമ്മാനം.

അയാൾ ആശ്ചര്യപ്പെട്ടു.

അമ്മയെന്താണ് ഒന്നും പറയാത്തത്?

'കണ്ണാ' രാധയുടെ വിളി.

'ഇത് നിനക്ക്' അയാൾ മുത്തുമാല അവൾക്ക് നേരെ നീട്ടി. അമ്മയുടെ കണ്ണുകൾ നിറഞ്ഞു തുളുമ്പുന്നത് അയാൾ കണ്ടില്ല.

****

അയാളെഴുതിയ പുതിയ കഥ അവൾക്ക് കൊടുത്തു.

'രാധേ ഒരു പുതിയ കഥ'

ഇത്തവണ അവൾ കഥ വായിക്കാൻ ധൃതി കൂട്ടിയില്ല.

അയാൾ തലക്കെട്ട് വായിച്ചു. 'അനുരാഗം'. പിന്നെ കഥയും.

'നീണ്ട തലമുടിയും കണ്ണുകളും മാത്രമേ ഞാൻ ക്യാൻവാസിൽ പകർത്തൂ' അയാൾ പറഞ്ഞു.

'നീണ്ട തലമുടിയുടെ അറ്റം ഒരു പുഴപോലെ. അവിടെ തുഴയും തോണിയുമായൊരാൾ. കണ്ണുകൾ നീലാകാശമായി വരയ്ക്കും. അവിടെ ഉദിച്ചുയരും നക്ഷത്രമായൊരാൾ.'

'എപ്പോഴാണ് വരയ്ക്കുക?' പുഴയുടെ ചില്ലുവാതിലുകൾ തുറന്ന് അവൾ ചോദിച്ചു.

'എന്നെങ്കിലും'

നീലാകാശത്തിന്റെ വാതിലുകൾ തുറന്ന് അയാൾ പറഞ്ഞു.

****

'കഥ നന്നായിട്ടുണ്ട്'

പൂമുഖത്തെ ചുമരിലെ ചില്ലുകൾക്കുള്ളിലിരുന്ന് രാധ പറഞ്ഞു.

അയാൾ കൊണ്ടുവന്ന മാല കണ്ണീർ മുത്തുകൾപോലെ നിലത്ത്.

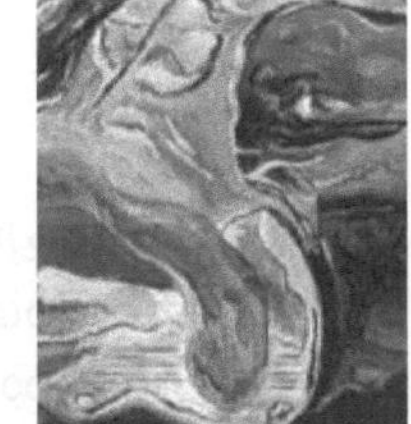

കൗതുകവസ്തുക്കൾ

ഇത് ഒരു പഴയ ക്ലോക്ക്. മുത്തച്ഛന്റെ കാലത്ത് പ്രതാപിയായ അദ്ദേഹത്തിന് ആരോ

സമ്മാനിച്ചത്. ദാലിയുടെ ഉരുകിയൊലിക്കുന്ന, ഉണങ്ങാനിട്ട, ആ പ്രസിദ്ധമായ ഘടികാരമില്ലേ? അതുപോലെ ഒരു ഷെയ്പ്‌ലസ് ഷെയിപ്പല്ലേ ഇതിനും.

അവരുടെയെല്ലാം കണ്ണുകൾ ഭിത്തിയിൽ തറഞ്ഞുപോയിരുന്നു.

'ഓൾഡ് ഈസ് ഗോൾഡ്' ആരോ പറഞ്ഞു.

ആ വീട്ടിലെ ഓരോ വസ്തുവും അവർക്ക് നൽകിയത് വിസ്മയം.

വിസ്മയത്തിന്റെ നീലക്കയത്തിൽ മറ്റേതോ ലോകത്ത് ചെന്നു പെട്ടതുപാലെ അവർ.

ഒടുവിൽ സുഹൃത്ത് വീട്ടിലെ വെളിച്ചം ഏറെ കടക്കാത്ത ഒരു പ്രാചീനഗുഹപോലുള്ള മുറിയിലേക്ക് അവരെ നയിച്ചു.

ചുക്കിച്ചുളിഞ്ഞ ഒരു മനുഷ്യരൂപം.

ഉണങ്ങിയ മുന്തിരിപോലുള്ള മുഖം.

കാലം ഉറങ്ങിക്കിടക്കുന്ന കണ്ണുകൾ. മരണവീട്ടിൽനിന്ന് കടന്നു പോകുമ്പോലെ തണുത്തുറഞ്ഞ നിശ്ശബ്ദത ഇപ്പോൾ. നിശ്ശബ്ദതയെ പോറലേൽപിച്ച് ഒന്നോ രണ്ടോ വാക്കുകൾ.

'സ്റ്റഫ് ചെയ്ത് വെച്ചതല്ല. സ്വാതന്ത്ര്യസമരത്തിൽ പങ്കെടുത്ത ആളാ'

അവസ്ഥ

ഒരു കണ്ണടയ്ക്കാൻ പറഞ്ഞു.
ഞാൻ രണ്ടു കണ്ണുകളുമടച്ചു.
ഒന്നു വായടക്കാൻ പറഞ്ഞു.
ഞാൻ നാവിനെ ഉറക്കിക്കിടത്തി.
ഒടുവിൽ
ഈ മണ്ണിന്റെ മഹത്വം പറഞ്ഞ്
അവരെന്നെ മണ്ണടക്കി.

പൊരുൾ

മോൻ കരച്ചിൽ നിർത്തുന്നേയില്ല.

സ്കൂൾബാഗ് വലിച്ചെറിഞ്ഞ് ഒരു മൂലയിൽ പോയി സങ്കടത്തിന്റെ കണ്ണീരൊലിപ്പിച്ചു കൊണ്ടേയിരുന്നു.

കുറച്ചു കഴിഞ്ഞ് അവനെ പെറ്റ അമ്മ പരിഭവത്തിന്റെ മുഖവുമായി മുറിയിലെത്തുന്നു.

എനിക്ക് നേരെ വാക്കുകളെടുത്തെറിയുന്നു.

'അല്ലെങ്കിൽത്തന്നെ മോനെയെന്തു കുറ്റം പറയാനാ. അവനായിട്ടാ ആ പഴയ സൈക്കിൾ ചെയിനും കഠാരയുമായി സ്കൂളിൽ പോകുന്നത്. ഇക്കാലത്ത് മൂന്നാം ക്ലാസിൽ പഠിക്കുന്ന ഏത് കുട്ടിക്കാ ഒരു എ.കെ.47 റൈഫിളില്ലാത്തത്?"

കൊച്ചുമോന്റെ കരച്ചിലിന്റെ പൊരുളറിഞ്ഞ് എന്റെ തല കുനിഞ്ഞു.

ഇവിടെ എനിക്ക് സ്വാസ്ഥ്യം

സൂര്യനുണരും മുമ്പേ എഴുന്നേറ്റു.

വാതിൽ തുറന്നു നേരിയ ഇരുളിലേക്കിറങ്ങി നിന്നു. തണുത്ത കാറ്റ്.

ഒരു പക്ഷിയുടെ ചിറകടിയൊച്ച പോലെ എന്തോ ശബ്ദം.

ശരീരത്തിലാരോ പനിനീർ കുടഞ്ഞത് പോലെ നനവ്.

പത്രക്കാരൻ അന്നത്തെ പത്രം എറിഞ്ഞതാണ്.

നേരിയ ഇരുളിലും കണ്ടു.

പത്രം ചോരയിൽ നനഞ്ഞു കുതിർന്നിരിക്കുന്നു. പത്രം എറിഞ്ഞപ്പോൾ ദേഹത്ത് തെറിച്ച ചോരയുടെ നനവാണൽപ്പം മുമ്പനുഭവപ്പെട്ടത്.

പത്രംവായന വേണ്ടെന്ന് വെച്ചു.

അകത്ത് വന്നു ടി.വി തുറന്നു.

ടി വിയുടെ അകത്ത് നിന്ന് തുരുതുരെ വെടിയുണ്ടകൾ മുറിയുടെ നാലുഭാഗങ്ങളിലേക്കും ചീറിവരുന്നു.

പുസ്തക ഷെൽഫും കസേരയും കുഞ്ഞിന്റെ പാൽക്കുപ്പിയും വെടിയുണ്ടകളേറ്റു തുളഞ്ഞുപോകുന്നത് ഭയപ്പാടോടെ നോക്കി.

തറയിൽ കമിഴ്ന്നുകിടന്നതിനാൽ ഉണ്ടകൾ ദേഹത്തേൽക്കാതെ രക്ഷപ്പെട്ടു.

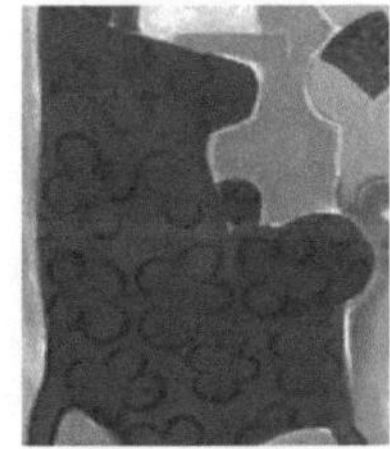

കമിഴ്ന്നിഴഞ്ഞുപോയി കൈപൊക്കി ടിവിയുടെ സ്വിച്ച് ഓഫാക്കി.

അപ്പോൾ പറയുന്നത് കേട്ടു.

'ദിസ് ഈസ് ദി എൻഡ് ഓഫ് ദി ന്യൂസ്'

പതുക്കെ മുറിയിലേക്ക് പോയി കട്ടിലിൽ

മലർന്നുകിടന്നു. അപ്പോൾ ആരോ കടന്നുവന്നു.

അയാളുടെ കയ്യിൽ ഏതോ കടലാസ്.

അയാൾ വായിച്ചുകേൾപ്പിച്ചു.

പുതിയ ഭരണാധികാരിയുടെ ഉത്തരവാണ്.

അനുസരിച്ചേ തീരൂ.

തല അയാൾക്കു നേരെ നീട്ടിക്കൊടുത്തു.

ഒരു കത്തികൊണ്ട് തലയോട് തുരന്ന് തല ച്ചോറെടുത്ത് ഒരിലപ്പൊതിയിലാക്കി നടന്നുമറഞ്ഞു. ഇപ്പോൾ എന്റെ പകലിരവുകൾക്ക് സ്വാസ്ഥ്യം.

9 789383 155545

Printed by Libri Plureos GmbH in Hamburg,
Germany